MANTRI PRAGADA MARKANDEYULU

రాణీ, IPS©
తెలుగు స్టోరీ

రాణీ

IPS

D9900343

MANTRI PRAGADA
MARKANDEYULU, Litt·D·,

Poet, Novelist, Song and Story Writer
B. Com, DBM, PGDCA, DCP,
(Visited Nairobi-Kenya, East Africa)
(Retd. Public Sector Enterprise Officer)

- *Global Honorary Advisor, Federation of World Cultural and Arts Society (FOWCASS), Singapore.*
- **CIVIC EXCELLENCE AWARD 2022 FROM UHE, PERU**

(Government of Seychelles, Motivational Strips and SIPAY Journal)

- **The State of Birland (Bir Tawil) Representative at Hyderabad-India (www.birlandgov.org)**
- **Rabindranath Tagore Memorial Award**
- **CESAR VALLEJO AWARD 2021, UHE, Peru for Literary Excellence**
- **The Silver Shield Award from UHE, Peru for my Literary Excellence 2021.**
- **2021 GOLDEN EAGLE WORLD AWARD FOR LITERARY EXCELLENCE, HISPAN WORLD WRITERS' UNION Peru**
- **Gujarat Sahitya Academy and Motivational Strips LITERARY EXCELLENCE**
- ***"Royal Kutai Mulawarman Peace International Institute, Philippines"***
- ***Royal Success International Book of Records 2019, Hyderabad-India***

- *Institute of Scholars Research Excellence Award-2020, Bangalore (India)*
- *Gujarat Sahitya Academy and Motivational Strips 2020, Gujarat-India*
- *Hon. Doctorate in Literature from ITMUT, Brazil. (2019)*
- *Literary Brigadier (2018) from Story Mirror, Mumbai, India*
- *Spotlight Superstar (2018) from Story Mirror, Mumbai, India*
- *Golden Ambassador General for Development and Peace at World Peoples Forum @ TWPF/BTYA, Bangladesh*
- *State of Birland at Bir Tawil Recognized Poet*
- *RKMPII Nobility Award 2021*
- *RKMPII HEART OF GOLD NOBLES Certificate 2021*
- *ISFFDGUN Internationally Accredited Certificate 2021.*
- *Dr. Sarvepalli Radhakrishnan Ratan Award 2021 – WHRC*
- *Mahatma Gandhi Humanity Award 2021 – WHRC*
-

Address: Plot 37, Anupuram, ECIL Post
Hyderabad – 500062 - Telangana State (INDIA)
Email: mrkndyl@gmail.com

+91-9951038802
+91-8186945103
Twitter: @mrkndyl68

https://www.facebook.com/groups/620006038438396
(Creator and Founder of POETIC CHARMINAR Group)

<u>MANTRI PRAGADA MARKANDEYULU</u>

<u>*Author Bio*</u>

Mantri Pragada Markandeyulu, Bachelor of Commerce (B Com), Diploma in Business Management (DBM), Post Graduate Diploma in Computer Applications (PGDCA), Diploma in Computer and Commercial Practice (DCCP) is the Author and Writer.

He has written English Lyrics for making fully composed tunes to Songs, around 155 songs (lyrics) + 330 Quotes in English (each Quote is in 8-10 lines). Also, he has written 400 Haiku Poetry. He too has written Hindi Song Lyrics 37 and Telugu Song Lyrics 35 and all are useful and utility for Movies/TV serial purpose and also for making Song and Music Album. 25 Stories in English.

He is a retired Officer from PSU and a permanent resident of Hyderabad-500062 Dist: Rachakonda, (TS) India.

రాణి, IPS ©

తెలుగు స్టోరీ

(Most useful for Movie Making)

<u>లేడీ ఓరియెంటెడ్ and Expert Professionalism</u>

<u>షోన్ బై a Young Lady IPS పోలీస్ ఆఫీసర్. Its a</u>

<u>మోటివేషనల్ స్టోరీ to all యూత్.</u>

ఫామిలీ మరియు క్రైమ్ ఇన్వెస్టిగేషన్ స్టోరీ. ఈ స్టోరీ ఒక అందమైన అమ్మాయి రాణి యొక్క పోలీస్ జీవితం. రాణి యొక్క ధైర్య సాహసాలు అందరి ఫ్రాడ్స్టర్స్ - Fraudsters - ని, బ్లాక్ మనీ సంపాదించిన వారిని, దొంగ వ్యాపారులని, కల్తీ వ్యాపారులని, స్మగ్లేర్స్ ని, పెద్ద పెద్ద గ్యాంబ్లర్స్ ని, వాళ్ళ యొక్క క్రిమినల్ ఆక్టివిటీస్ ని ఇన్వెస్టిగేషన్ చేసి, వాళ్ళ యొక్క జీవిత రహస్యాలను, బిజినెస్ లావాదేవులను, వారి దినచర్యలను, ఆక్టివిటీస్ ని, బట్టబయలు చేసి, పట్టుకుని, శిక్షార్హతలను కోర్టు ముందుకు తీసుకువచ్చి, వాళ్లకు శిక్ష పడేలా చేసింది.

రాణి యొక్క పేరెంట్స్ ధీ ఒక చిన్న కుటుంబం. ఫాదర్ ఒక సైంటిస్ట్. మదర్ ఒక చిన్న NGO సంస్థను నడుపుతోంది. ఖాళీ గా రాణి వున్నప్పుడు, తాను కూడా, NGO సంస్థను చూసుకుంటోంది.

మొదటి 30 %, రాణి యొక్క ఫామిలీ విషయాలు, కాలేజీ చదువు, అనురాగ్ అనే అబ్బాయితో సన్నిహితంగా వుండటము, మానేజ్మెంట్ Program - MBA - చదువుతుండగా, ఇండస్ట్రియల్ అండ్ అకాడమిక్ టూర్ తో కలిసి వెళ్ళడము, తన డిగ్రీ ని distinction లో పాస్ అవడము, కాలేజీ చదువు పూర్తి కాగానే, ఉద్యోగాన్వేషణ చేయటము, రాణి కి సిబిఐ (CBI) లో పోలీస్ ఉద్యోగము రావటము, అనురాగ్ కు IT ఫీల్డ్ లో

ఉద్యోగము రావటము, అన్నీ చక చకా జరిగిపోయాయి. ఎవరి దారి వాళ్ళది అయిపోయింది.

రాణి, తన ఉద్యోగరీత్యా, ఢిల్లీ వెళ్ళిపోయింది. అనురాగ్ కూడా తన ఉద్యోగరీత్యా ఢిల్లీ వెళ్ళిపోయాడు. అనురాగ్, తన జాబ్ లో చేరిన తర్వాత, అనేక లెక్చర్ లు, బిజినెస్ లావాదేవీలూ చేసేవాడు. రాణి తన సిబిఐ లో తన ప్రొఫెషన్ లో తాను సిన్సియర్ గాను, డెడికేటెడ్ గాను పనిచేస్తూ వచ్చింది. అనురాగ్ అనేక కాన్ఫరెన్స్ లలో పాల్గొన్నాడు.

కొద్ది సంవత్సరాల తరువాత, రాణి యొక్క ఫ్రెండ్ మ్యారేజ్ లో అనురాగ్ కలిసి, అనేక విషయాలు పంచుకున్నాడు. దీనిలో భాగంగా, తమ మ్యారేజ్ విషయం కూడా ఫైనలైజ్ అయి, రాణి, అనురాగ్ లకు పెళ్లి అయింది. కొద్దీ సంవత్సరాలకు వీరికి ఒక కాన్పులో యిదహారు మొగపిల్లలు, మరొక కాన్పులో, యిద్దరు ఆడపిల్లలు జన్మించారు. పిల్లలు పెరిగి, దినదినాభివృద్ధి పొందుతూ, స్కూల్ కి వెళుతూ, తమ తమ విధులలో నిమగ్నమై పోయారు. రాణి తల్లి తండ్రులు, అనురాగ్ వెర్మ తల్లి తండ్రులు వీరికి అండదండలుగా వున్నారు.

రాణి కూడా తన ప్రొఫెషన్ లో అనేక కాన్ఫరెన్స్ లలోను, క్రైమ్ ఇన్వెస్టిగేషన్ ల లోను, పాల్గుణి తన వృత్తి రీత్యా సెహబాష్

అనిపించుకుంది. రాణి కొన్ని సంవత్సరాలలో, కొన్ని ప్రొమోషన్స సంపాదించుకుంది. రాణి దేవి కి తన సిబిఐ IG బాస్, కొన్ని ఇంపార్టెంట్ కేసు ఫైల్స్ ని డీల్ చేయమని యిచ్చాడు. అందులో అనేకరకాలయినా కేసు లు వున్నాయి. అందులో ఒక ఇంపార్టెంట్ కేసు Dr Vijju Mayya అనే ఒక బడా వ్యాపార వేత్త ది. అనేక విధాలైన కేసు లను కూడా, రాణి సక్సెస్ఫుల్ గా డీల్ చేసింది. ఈ Dr Vijju Mayya, మన భారత దేశం లోని, అనేక బ్యాంకులు ఒక Rs15,౦౦౦ వెల కోట్ల ను ముంచి, తన బిజినెస్ దివాలా తీసిందని, Insolvent Petition (IP) సుప్రీమ్ కోర్ట్ లో వేసి, చివరకు, అమెరిక వెళ్లి, మళ్ళీ అక్కడనుంచి, లండన్ వెళ్లి, అక్కడి కోర్ట్ లో మళ్ళీ భారత దేశ ప్రభూత్వం మీద, మరియు, భారతీయ బ్యాంకుల మీద అనేక కేసులు వేసాడు.

రాణి అందరి భరతం పట్టి, చివరకు, ఈ Dr Vijju Mayya ను లండన్ నుంచి భారత దేశానికి తీసుకు వచ్చి, సిబిఐ కోర్ట్ లో ప్రవేశ పెట్టి, 20 సంవత్సరాల జైలు శిక్ష ఈ Dr Vijju Mayya కి పడేలా వాదించి, ఈ కేసును డీల్ చేసి, సక్సెస్ఫుల్ అయింది.

డాక్టర్ విజ్జు మాయ్యా కేసు ని రాణి, సిబిఐ చాలా బాగా హేండిల్ చేసి డీల్ చేసింది. ఇందులో లండన్ కోర్ట్ విచారణలోనూ, ఇండియన్ అంబాసిడర్ at లండన్ ని సంప్రదించుట, డాకుమెంట్స్ ప్రిపేర్ చేయుట, పకడ్బందీగా భారత దేశానికి

డాక్టర్ విజ్జి మాయ్యా ని తీసుకు రావడం, యిక్కడ సిబిఐ కోర్ట్ లో హాజరు పరచుట, కావలసిన డాకుమెంట్స్ అన్ని సిబిఐ కోర్ట్ లో సబ్మిట్ చేయుట, వాదనలు, ప్రతివాదనలు, మరియు త్వర త్వరగా కేసు ను ముందుకు తీసుకువెళ్ళుట, డాక్టర్ విజ్జి మాయ్యా కి శిక్ష పడేలాగా చేయుట, రాణి, సిబిఐ యొక్క ప్రొఫెషనలిజం కు ఒక పెద్ద పీఠ.

ఈ అందాల రాణి, సిబిఐ, IPS (క్రైమ్ & ఇన్వెస్టిగేషన్), చివరికి, IG (ఇన్వెస్టిగేషన్) గా ప్రమోట్ అయి, ప్రైమ్ మినిస్టర్ సెక్రటేరియట్ లో (PM Secretariat) ఆఫీసర్ ఆన్ స్పెషల్ డ్యూటీ (Officer on Special Duty) లాగా పని చేసి, అందరి అభినందనలు చూరగొని, అనేక అవార్డ్స్ ను తెచ్చుకుంది. **'పద్మశ్రీ' అవార్డు** ను, ఒక యూనివర్సిటీ **'డాక్టరేట్తో' అవార్డు** ను, ***Lady of Courage*** అనే బిరుదు ను ప్రెసిడెంట్ అఫ్ ఇండియా నుంచి, ప్రైమ్ మినిస్టర్ నుండి ***'మోటివేషనల్ లేడీ అండ్ యూత్ అఫ్ ఇండియా',*** అనే బిరుదును సంపాదించుకుంది.

గాంధీ మహాత్ముని స్ఫూర్తి, Dr. బాబా సాహెబ్ అంబెడ్కర్ స్ఫూర్తి, మరియు, అనేక పెద్దల స్ఫూర్తి తో, రాణి, IPS (Retd.), ఈ **MY FLOWER TO YOUR HEART** సంస్థను స్థాపించ దలిచింది.

రిటైర్ అయినా తరువాత, non-Governamental ఇన్స్టిట్యూషన్ స్థాపించి, (Name of the NGO: **MY FLOWER TO YOUR HEART**) సెహబాష్ అనిపించుకోంది. తల్లి తండ్రులు, డైరెక్టర్స్ గాను, అనురాగ్ వెర్మ రిటైర్ అయినతరువాత ఒక ఎగ్జిక్యూటివ్ డైరెక్టర్ గాను, రాణి Chairman గాను ఉండి, ఈ సంస్థను కొనసాగిస్తూ వచ్చింది. దీనికిగాను, మన భారత దేశ ప్రభూత్వం ఒక 20 ఎకరాల భూమిని, కొంత ఫండ్స్ ను మినిస్ట్రీ అఫ్ సోషల్ వెల్ఫేర్ డిపార్ట్మెంట్ నుండి, మిగిలిన ఫండ్స్ ను crowd ఫండింగ్ ద్వారాను, కొంత నిధి ఇంటర్నేషనల్ ఫండింగ్ ఏజెన్సీస్ ద్వారాను, Pool-out చేసి, ఈ సంస్థను నడిపిస్తూ వుంది. సంస్థకు కావలసిన క్రొత్త బిల్డింగ్స్ ని కూడా Construct చేస్తూ, ఈ NGO ని అందరికి నచ్చిన రీతిలో నడిపిస్తూ వున్నారు.

ఈ ఆక్టివిటీస్ ఏమనగా –

- Motherless Babies Orphanage Home.
- Home for Aged.
- School for Disabled children.
- School for Mentally Retarded Children.
- School for normal children.
- Home for helpless Widows.
- Home for helpless Widowers.
- Home for Displaced Women.

- *Adult Education for people hailing from down-trodden Tribal people*
- *Free Medical facilities for aged and unaffordable children and adults.*
- *Baby Care Centre (Day Time) for the benefit of working women/men.*
- *Minimum provision for job opportunities for Handicapped adult people*
- *Provision of imparting Training Programs like, Personality Development*
  Program, Soft Skills, Computer Skills, Management Programs, English
  Vocabulary, Public Speaking. Presentation skills, Sports, Singing,
  Dance, Athletics and other extracurricular activities for all Children/adults etc.

- Yoga, Meditation and Asana Centre for all children and adults.
- Naturopathy Centre for all children and adults
- Anti-addict Alcohol/Narcotic Drugs/Smoking Home (De-Addiction
  Centre)
- Home for Blind Children.
- Home for Deaf and Dumb Children.
- Abacus Learning Home for Children.
- Music (vocal & instruments) Learning Home for Children.

అసలు ఇండియన్ పోలీస్ సర్వీస్ అంటే రాణి లా ఉండాలి. ఈ స్టోరీ లో లవ్ వుంది, ఫ్యామిలి సెంటిమెంట్స్ వున్నాయి. ప్రొఫెషనలిజం వుంది, క్రిమినల్స్ ను పట్టుకోవడం, బ్లాక్ మనీ హోల్డర్స్ ని అరెస్ట్ చేయడం, దొంగ వ్యాపారులను పట్టుకోవడం, యింకా ఎన్నెన్నో ఈ స్టోరీ లో వున్నాయి.

లవ్ సాంగ్స్ వున్నాయి. ఎంటర్టైన్మెంట్ వుంది, క్లబ్, పబ్, క్యాసినోవా సీన్స్, chasing క్రిమినల్స్ ని, గ్యాంబ్లర్స్ ని పట్టుకోవడం, Horse Races లో Bokkies బ్లాక్ మనీ ని పట్టుకోవడం, adultrated వైన్ షాప్ ఓనర్స్ ని పట్టుకోవడం, పొలిటిషన్స్ బ్లాక్ మనీ ని seize చేయడం, వున్నాయి.

అనేక హంగులు, పాటలు, సిబిఐ విచారణలు, డాన్స్ లు, ఫామిలి డ్రామా, ఈ కథలో కలవు. ఈ కదా అందరికీ నచ్చుతుంది. యిదే కదా, ఇంగ్లీష్ లో వున్నది, బుక్ కూడా పబ్లిష్ అయింది., అన్ని దేశాలలో ఈ ఇంగ్లీష్ బుక్, లేడీ పోలీస్, డిసెంబర్ 2018 లో డిస్ట్రిబ్యూషన్ మరియు మార్కెటింగ్ జరుగుతున్నది. ఈ బుక్ రిలీజ్, ముంబై పబ్లిషర్స్ ద్వారా డిస్ట్రిబ్యూట్ అయినది. మరియు, అనేక పబ్లిషర్స్ ద్వారా డిస్ట్రుభూషణ్ జరిగినది.

ఈ కథలోని పాత్రలు, కల్పితం మరియు ఎవరిని ఉద్దేశించినవి కావు.

ఈ తెలుగు స్టోరీ మరియు ఇంగ్లీష్ స్టోరీ, కాపీ రైట్ స్టోరీ లు.

రాణి, IPS ©

తెలుగు స్టోరీ

(Most useful for Movie Making)

INDEX

13) రాణి, అనురాగ్ వర్మ ల ఉద్యోగ విషయాలు .

14) రాణి DSP యొక్క ఒక చిన్న కేసు.

15) ఆఫీస్ లో అనురాగ్ వర్మ స్పీచ్.

16) రెండవ రోజు అనురాగ్ వర్మ ఆఫీస్ సెమినార్.

17) రాణి కి ప్రమోషన్.

18) రాణి, DIG, CBI మీటింగ్ లో తన స్క్వాడ్ కి చెప్పిన విషయాలు.

19) రాణి, తన స్క్వాడ్ మెంబర్ల తో అన్న మాటలు.

20) అనురాగ్ వర్మ ఆసక్తి కార విషయాలు.

21) రాణి, DIG (సిబిఐ) ఆక్షన్ ప్లాన్.

22) రేస్ కోర్స్ లో రైడ్. Clubs/Pubs raid.

23) వైన్ షాప్స్ రైడ్. Gamblers Politicians arrest.

24) అనురాగ్ వర్మ సక్సెస్ఫుల్ అమెరికా టూర్, రాణి AIG కొత్త కేసులు డీల్ చేయుట.

25) రాణి, తన కేసు ఫైల్స్ ని చదువుట.

26) రాణి, AIG సిబిఐ, విధుల కేసులు, డాక్టర్ విజ్జు మాయ్యా, లండన్ కోర్ట్ లో అతి తెలివి తేటలు.

27) డాక్టర్ విజ్జు మాయ్యా ని డిపార్ట్ (deport) చేయమని భారత ప్రభుత్వం advice to బ్రిటిష్ గవర్నమెంట్.

28) సిబిఐ కోర్ట్ లో విచారణ (భారత దేశంలో), డాక్టర్ విజ్జు మాయ్యా కి శిక్ష, రాణి రిటైర్మెంట్, NGO స్థాపన.

రాణి, IPS © ఎపిసోడ్ 1

లవ్ స్టోరీ మరియు క్రైమ్ ఇన్వెస్టిగేషన్.

అందమైన అమ్మాయి రాణి యొక్క పోలీస్ జీవితం. రాణి యొక్క ధైర్యమున్న సాహసాలు అందరి (Fraudsters) ఫ్రాడ్స్టర్స్ ని, బ్లాక్ మనీ సంపాదించిన వారిని, దొంగ వ్యాపారులని, ఇన్వెస్టిగేషన్ చేసి వాళ్ళ యొక్క క్రిమినల్ ఆక్టివిటీస్ ని బట్టబయలు చేసి పట్టుకుని, శిక్షార్హతలను కోర్ట్ ముందుకు తీసుకువచ్చి, వాళ్లకి శిక్ష పడేలా చేసింది.

ఈ అందాల రాణి ఇండియన్ పోలీస్ సర్వీస్, చివరికి ఇన్స్పెక్టర్ జనరల్ (ఇన్వెస్టిగేషన్స్) క్రింద ప్రమోట్ అయి ప్రైమ్ మినిస్టర్ సెరేటరియేట్ లో (PM Secretariat) ఆఫీసర్ ఆన్ స్పెషల్ డ్యూటీ (Officer-on-Special Duty) లాగ్ పని చేసి, అందరి అభినందనలు చూరగొని, రిటైర్ అయిన తరువాత నాన్ గోవేర్నమెంటల్ ఇన్స్టిట్యూషన్ (NGO) స్థాపించి, సెహబాష్ అనిపించుకోంది. అసలు ఇండియన్ పోలీస్ సర్వీస్ అంటే రాణి లా ఉండాలి. ఈ స్టోరీ లో, లవ్ వుంది, ఫామిలీ సెంటిమెంట్స్ వున్నాయి, ప్రొఫెషన్సలిజం వుంది, క్రిమినల్స్ ను పట్టుకోవడం, బ్లాక్ మనీ హోర్డర్స్ ని

అరెస్ట్ చేయడం, దొంగ వ్యాపారులని పట్టుకోవడం, యింకా ఎన్నోన్నో ఈ స్టోరీ లో వున్నాయి.

లవ్ సాంగ్స్ మరియు వేరే కూడా వున్నాయి. ఎంటర్టైన్మెంట్ వుంది. క్లబ్, పబ్, కేసినో సీన్స్ (Club, Pub, Casinova) గుడ్ వున్నాయి. గాంబ్లర్స్ ని పట్టుకోవడం కూడా వున్నాయి.

టాప్ కాప్ రాణి యొక్క ఫామిలీ:

రాణి ఒక సైంటిస్ట్ కూతురు. తండ్రి సైంటిస్ట్ అయితే, తల్లి ఒక అనాధాశ్రమం నడుపుతోంది. తండ్రికి ఏదో కనిపెట్టాలి అన్నిరకాలుగా ప్రయత్నిస్తున్నాడు. తల్లి మనకి ఉన్నదాంట్లో సహాయం చేయాలని, ఏ చేయూత లేక ఎంతో మంది పిల్లల భవిష్యతు పాడై పోతోంది. అలాంటి వాళ్ళని తీర్చి దిద్దాలనే తపన. వాళ్ళ ఏకైక కుమార్తె రాణి. యిద్దరి పోలికలు అలవాట్లు వచ్చాయి రాణికి. రాణి తొందరగా రెడీ అవ్వు స్కూల్ కి టైం అవ్వుతోంది. నిన్ను అక్కడ వదిలేసి నేను ఆశ్రమానికి వెళతాను, రా తొందరగా, అంది కౌసల్య. ఆ వస్తున్నానమ్మా అని, చక చకా షూ వేసుకొని వచ్చింది రాణి. మీకు అన్నీ డైనింగ్ టేబుల్ మీద పెట్టాను. టైం కి తినండి. ఎంతసేపూ ఏదో ఆలోచిస్తూ కూర్చోక అంది, తన

భర్తకి. సరే మీరు వెళ్ళండి కౌసల్యా, నేను చూసుకుంటానులే, అన్నాడు నిశ్చల్ రావు.

భార్య, కూతురు అలాగ వెళ్తే చాలు, ఆ సైంటిస్ట్ రూంలోకి వెళ్లి కూర్చొని పరిశోధన ప్రారంభిస్తాడు. రాణి, చదువు మీద శ్రద్ధ చూపించు, మీ నాన్న లాగ పరిశోధనల వైపు మనసు మళ్ళించకు. అలాంటివి వదిలేయ్, వింటున్నావా? అంది కౌసల్య కారు నడుపుతూ.

వింటున్నానమ్మా, తప్పకుండా చదువుకుంటాను, అని అంది రాణి. రాణికి యుక్త వయస్సు వచ్చింది. 5 ఫీట్ 6 ఇంచెస్ ఎత్తు, నల్లటి పొడవైన జుట్టు, చాలా అందంగా కుందనపు బొమ్మలాగా తయారైంది. రాజకుమారి నీలోఫర్ లాగా. అందం పోటీలలో పాల్గొంటే, రాణికి మొదటి బహుమతి వచ్చేది. అందంతో పాటుగా, చదువులో కూడా పోటీపడి చదివి అన్నిటిలోను టాప్ ర్యాంకర్ గా వచ్చింది.

రాణి, నిన్ను చూస్తుంటే మాకు ఈర్ష్యగా వుందే, అన్నింటిలోనూ నువ్వే టాప్. అదేమీ కాదు నా పట్టుదల, అమ్మా నాన్నల ప్రోత్సాహం, భగవంతుడిచ్చిన ఆశీర్వచనం, ఈ స్టేజి లో నిలబెట్టాయి అంతే, అని చాలా మృదువుగా, నవ్వుతూ జవాబు చెప్పేది స్నేహితులకి.

రాణిలో వున్న ఈ క్వాలిటీస్ కి అందరూ ఆమెతో స్నేహం చేయాలనే ఉవ్విళ్ళూరారు. రాణి క్లాసులోకి అడుగు పెడితే చాలు, దివినుండి ఒక దేవకన్య వచ్చిందా! అని చూసేవాళ్ళు, ఆమె వంక అందరూ. రాణి నిజంగా చదువులో రాణి. అందంలో రంభ, ఊర్వశి, మేనక, జాబిలితాలో చేరిపోయింది. మేకప్ లేకుండానే ఆమె అందాన్ని కన్నార్పకుండా చూస్తారు.

~~~~~~~~~
~~~~~~~~~

రాణి, IPS © ఎపిసోడ్ -2

రాణి కాలేజి లో చదువుకుంటున్న రోజులలో, అనురాగ్ అనే స్నేహితుడు ఉండేవాడు. అతను రాణికి సమఉజ్జిగా చదువులో ఉండేవాడు. రాణి, అనురాగ్, చదువుల గురించి, జీవితంలో వాళ్ళ ఆశయాలు ఏమిటో, ఎమి అవ్వాలనుకుంటున్నారో, చర్చించుకుంటారు. ఈలాంటి సంఘటనలతో వాళ్లిద్దరూ వాళ్లకి తెలియకుండానే ఏదో ఒక బంధం ఏర్పడింది, వాళ్ళ మధ్య అనురాగ్ అకాడమిక్ టూర్ ఉంది కదా, ఏ ఏ ప్లేసెస్ అనుకుంటున్నారు, మీ ఫ్రెండ్స్ అంతా, అడిగింది రాణి. ఆ రాణి, బెంగళూరు కి దగ్గరలో వున్న మైసూరు, ఊటీ, చెన్నై తో హైదరాబాద్. ఇవన్నీ, ఒక వారంలో కంప్లీట్ అయిపోవాలి, అన్నాడు అనురాగ్. మైసూరు, ఊటీ, ఇవి రెండూ దగ్గరే, అలాగే చెన్నై కూడా కొంచం దగ్గరే కానీ హైదరాబాద్ చాలా దూరం కదా. అన్నింటికీ వారం సరిపోతుందా, అన్న సందేహాన్ని వెలిబుచ్చింది, రాణి. మైసూరు, ఊటీ, కాస్త ఫాస్ట్ గా చూద్దాం. చెన్నై కూడా కవర్ చెయవచ్చును. హైదరాబాద్ కదా, అక్కడ హిస్టారికల్ ప్లేసెస్ చూద్దాం, అన్నాడు అనురాగ్. చూద్దాం, ఎన్ని చూడగలిగితే అన్ని చూద్దాం, అన్నారు రాణి స్నేహితులు. అనుకున్న ప్రకారం అందరు బయలుదేరారు. పది రోజులు యిట్టే గడచి పోయాయి. అందరు సరదాగా గడిపారు. రాణి చదువులకు వీడ్కోలు చెప్పే

రోజులు వచ్చాయి అన్నారు, రాణి స్నేహితులు. అవును ఇన్నాళ్లు అందరం కలిసి వున్నాం . యిప్పుడు ఎవరి డిగ్రీలు వాళ్ళు తీసుకొని భవిష్యత్లో ఏమి చేయాలో నిర్ణయించుకొని ఉండాల్సిన అవసరం వచ్చింది, అంది రాణి. అనురాగ్, రేపు రిజల్ట్స్ వస్తాయి, అంది రాణి. అవును రాణి, రేపు కలుద్దాం, అని చెప్పి వెళ్ళిపోయాడు. మరుసటి రోజున రిజల్ట్స్ వచ్చాయి. అనురాగా, యింకో ముగ్గురు, రాణి, యింకో యిద్దరు, డిస్టింక్షన్ లో పాస్ అయ్యారు. అందరు వీడ్కోలు చెప్పుకొని ఎవరి ఇళ్లకు వాళ్ళు వెళ్లిపోయారు.

================

రాణి, IPS © ఎపిసోడ్ - 3.

కొన్ని రోజుల తరువాత రాణి కి, డీ ఎస్ పీ గా (DSP) ఢిల్లీ లో వుద్యోగం వచ్చింది. అనుకోకుండా అనురాగ్ కూడా ఢిల్లీ లో సాఫ్ట్వేవేర్ కంపెనీ లో జాయిన్ అయ్యాడు. అనురాగ్, రాణిలకు తెలియదు, ఇద్దరూ ఒకటే ప్లేస్ లో వుంటున్నట్లుగా. ఇద్దరూ, ఎవరి ఉద్యోగాల్లో, వాళ్ళు స్థిరపడిపోయారు. రాణి (AIR PORT) ఎయిర్పోర్ట్ కు ఫోన్ చేసి, బెంగళూరు కి టికెట్ బుక్ చేయనుకుంది. సార్, నేను ఒక వారం రోజులు బెంగళూరు వెళ్తున్నాను. నాకు లీవ్ కావాలి, యిదిగో లీవ్ లెటర్, అనియిచ్చింది, తన పై ఆఫీసర్ కి. ఓకే. మీ మ్యారేజ్ ప్రపోసల్ ఏమైనా ఉందా, అని నవ్వుతూ అడిగాడు ఆఫీసర్. లేదు సార్, మా కాలేజీ మేట్ ది పెళ్లి. ఆ పెళ్ళికే వెళుతున్నాను. అలాగే మా అమ్మా నాన్నల్ని చూసి చాలా రోజులైంది. వాళ్ళతో కొంత సమయం గడిపినట్లుగా ఉంటుంది, అంది. చాలా రోజుల తర్వాత, తన సొంత ఊరుకు వెళ్తున్నందుకు సంతోషంగా. ఆఫీసర్ దగ్గర సెలవు తీసుకొని, డైరెక్ట్ గా ఎయిర్పోర్ట్ కి వెళ్ళింది. కస్టమ్స్ లో చెకింగ్ అయిన తరువాత వెళ్లి ఫ్లైట్ లో తన సీట్ లో కూర్చుంది. రాణి ఫ్లైట్ టేక్ ఆఫ్ ఇంకో పది నిముషాలలో అవుతుందనగా, అప్పుడు గబా గబా వచ్చి కూర్చున్నాడు, రాణి పక్క సీట్ లో అనురాగ్. రాణి ఏదో పుస్తకం చదువుతోంది ఆ టైం. ఎయిర్

హోస్టేస వచ్చి మాడం కూల్ డ్రింక్ అని, రాణికి, థమ్ప్స అప్ స్మాల్ బాటిల్ యిచ్చింది. థాంక్ యు, అని తీసుకుని ప్రక్కకి తిరిగి చూసింది. తన ప్రక్కన కూర్చుంది, అనురాగ్ అని. హాయ్ అనురాగ్, సర్ప్రైజ్, నువ్వు యిక్కడ? అని ఆశ్చర్యంగా అడిగింది రాణి, అనురాగ్ ని. హాయ్ రాణి, నువ్వా? నా ప్రక్క సీట్ లో అన్నాడు, అనురాగ్. అవును, నువ్వు బెంగళూరు కి వస్తున్నావా, అంది రాణి. అదే మన కాలేజీ మెట్గా, GAYATRI మ్యారేజ్ అంటే వెళ్తున్నాను బెంగళూరు కి. మరి నీ సంగతి? పెళ్లి అయిందా నీకు? మీ పేరెంట్స్ ఎలా ఉన్నారు? పిల్లలు ఎంతమంది? జాబ్ ఎక్కడ? ఏ జాబ్ లో జాయిన్ అయ్యావు? అన్ని ప్రశ్నల వర్షం కురిపించాడు అనురాగ్.

స్టాప్ స్టాప్, అన్నీ ఒకేసారి ఎక్సమినేషన్ క్వశ్చన్ పేపర్ లాగా వేస్తే ఎలా? నాకు యింకా పెళ్లి కాలేదు. కాస్త ఆగు, అన్నీ చెబుతాను, అంది రాణి. మా పేరెంట్స్ బాగానే వున్నారు. నేనూ, నువ్వు వెళ్లే పెళ్ళికే వస్తున్నాను. అదే గాయత్రి పెళ్ళికి అంది రాణి. అయితే, ఇప్పుడు ఇద్దరం ఒకే పెళ్ళికి వెళ్తున్నాము. చాలా రోజులైంది ఫ్రెండ్స్ అందరిని చూసి అని, ఇద్దరూ కలిసి కాలేజీ విషయాలు నుండి ఈ రోజు వరకు అన్నీ ముచ్చట్లు మాట్లాడుకున్నారు.

~~~~~~~~~~
~~~~~~~~~~

రాణి, IPS © ఎపిసోడ్ 4,

<u>బెంగళూర్</u>

బెంగళూర్ ఫ్లైట్ ఎయిర్ పోర్ట్ లో ల్యాండ్ అయింది. అనురాగ్. రాణి, ఇద్దరూ బయటికి వచ్చారు. క్యాబ్ బుక్ చేసుకుని ఎవరి ఇళ్ళకి వాళ్లు వెళ్లిపోయారు. రాణి, ఎన్ని రోజులైంది నిన్ను చూసి, ఇంత పెద్ద అయితే మాత్రం అమ్మ నాన్నలని చూడాలని కాదమ్మా, ఉద్యోగ విధులు ఎన్ని ఉన్నా ఒక్క సారి వాతావరణం వదలగానే నీ పర్సనల్ లైఫ్ కూడా చూడాలి కదా, లేకపోతే మనసు ఒక యంత్రం లాగా అయిపోతుంది, అని కూతురిని చూసి కంటనీరు పెట్టుకుంది కౌసల్య.

హలో, మై డియర్ బేబీ, రా అమ్మ, రా, ఎలాగా ఉంది నీ జాబ్? త్వరలో డి.ఎస్.పి గా ప్రమోషన్ రాబోతోంది గా, కంగ్రాచ్యులేషన్స్, అని నిశ్చల రావు అడిగాడు.

బాగుంది నాన్న, ఇంకా ఆర్డర్స్ రాలేదు. వస్తాయి, అని తండ్రి దగ్గరకు వెళ్లింది,

అమ్మ, ఎలాగ ఉన్నావు? నీ ఆశ్రమం ఎలాగ నడుస్తుంది? అని తల్లిని కౌగలించుకొని చిన్న పిల్లలాగా తల్లి నుదిటి మీద ముద్దు

పెట్టుకుంది, రాణి.

బాగా నడుస్తోంది అమ్మ, ఆ అనాధ పిల్లల్ని చూస్తూ ఉంటే గుండె తరుక్కుపోతోంది, అయినా వాళ్ల సేవలో అదొక తృప్తి, అని ఆనందంగా ఉంది కౌసల్య. సరే, సరేనమ్మా, నీ చేతి వంట తిని ఎన్ని రోజుల అయిందో, పద, పద అన్నం తిందాం, ముగ్గురం, అని రాణి డైనింగ్ టేబుల్ దగ్గరకు నడిచింది.

ముగ్గురు, భోజనాలు ముగించారు. నాన్నగారు, మీ పరిశోధన వచ్చింది? ఏమైనా కనిపెట్టారా? అని నవ్వుతూ అడిగింది రాణి,

చేస్తున్నానమ్మా, ఏదో ఒకటి కానీ పెడతాను., అన్నాడు నిశ్చల రావు.

అలాగా తల్లి తండ్రి తో కబుర్లు చెప్పి ఎన్ని రోజులైందో మధ్యమధ్యలో వాళ్లని చూడాలి, నేను వాళ్లకి ఒక్కతే కూతురు ని, చదువు, ఉద్యోగం, ఈ హడావుడిలో పడి పోయాను, అని అనుకుంది రాణి.

మరునాడు గాయత్రి పెళ్లికి ముగ్గురు వెళ్లారు. అక్కడ అనురాగ్ కూడా కలిశాడు.

అమ్మ, నాన్నగారు, అనురాగ్ నీ, నా కాలేజీలో నాతో పాటుగా చదువుకున్నాడు. ఇప్పుడు అనురాగ్ కూడా ఢిల్లీలోనే ఉంటున్నాడు, అని అనురాగ్ నీ పరిచయం చేసింది తల్లి తండ్రికి.

అనురాగ్, మా అమ్మ, ఆశ్రమంలో చేస్తుంది. నాన్నగారేమో సైంటిస్ట్, అని వాళ్ల గురించి అనురాగ్ కి చెప్పింది రాణి.

~~~~~~~~~~~
~~~~~~~~~~~

రాణి, IPS © ఎపిసోడ్-5

<u>గాయత్రి పెళ్లి:</u>

గాయత్రి పెళ్లిలో పాత స్నేహితులను చూసేసరికి రాణి కి అప్పటి రోజులు గుర్తుకు వచ్చాయి. సరదాగా గడిచిపోయింది గాయత్రి పెళ్లి. పెళ్లికూతురు వైపు రాణి, పెళ్లి కొడుకు వైపు అనురాగ్ రెండు పార్టీలుగా అయిపోయి, ఒక బృందం పై ఇంకో బృందం జోక్స్ వేసుకుంటూ చాలా సరదాగా గడిపారు.

గాయత్రి, ఇక మేము వెళతాము, విష్ యు హ్యాపీ మ్యారేజ్ లైఫ్, ఓకే. మీ హనీమూన్ లో ఢిల్లీ ఏమైనా ఉంటే, నా దగ్గరకు రండి, ఇప్పుడు ఇక నాకు సెలవు ఇప్పించు, అన్నది కానీ, గాయత్రి లో.

తప్పకుండా వస్తాన్లే, కానీ ఇప్పుడు కాదు, నీ పెళ్లి అయిన తర్వాత. ఇంతకీ అమ్మాయిగారు, వరుడిని చూసుకున్నారా లేక సీక్రెట్ గా పెళ్లి చేసుకుని డైరెక్ట్ గా, శ్రీ వారితో ప్రత్యక్షమౌతారు, అని అనుకుంటున్నాను. డిఎస్పీ గారు కదా. అన్ని రహస్యంగా చేస్తుంటారు కదా, అని నవ్వుతూ అంది గాయత్రి.

పోవే, నేను అలాంటి దాన్ని కాదు, డిఎస్పీ అయినా ఇంకా పెద్ద ప్రమోషన్ వచ్చిన రాణి రాణి ఏ, నో చేంజ్. ఓకే బై, అని వాళ్లకి చెప్పి

బయటికి వచ్చేశారు రాణి. రాణి, నీ రిటర్న్ జర్నీ ఎప్పుడూ? అని అనురాగ్, రాణిని అడిగాడు.

ఎల్లుండి వెళుతున్నాను అనురాగ్, మరి నీ సంగతి? నువ్వు ఎప్పుడు వెళుతున్నావు? రాణి అడిగింది.

నేను కూడా ఎల్లుండి వెళుతున్నాను, అన్నాడు అతను.
అయితే అనురాగ్, రేపు మా ఇంటికి భోజనానికి రా బాబు, అని రాణి తల్లి కౌసల్య అడిగింది anurag ని. అవునవును, రేపు మా ఇంటికి రావాలి అనురాగ్, అని తండ్రి నిశ్చల్ రావు కూడా పిలిచాడు.

లేదండీ, నాకు చాలా పనులు ఉన్నాయి, అని ఆగిపోయాడు అనురాగ్.

లేదు అనురాగ్, నువ్వు వస్తున్నావు రేపు లంచ్ కి మా ఇంటికి, అని రాణి ఖచ్చితంగా చెప్పింది.

సరే, మీ ముగ్గురు అంతగా పిలుస్తూ ఉంటే, నో అని చెప్పలేను కదా, ఓకే డన్, రేపు వస్తాను మీ ఇంటికి, అని చెప్పి అనురాగ్ తన కారు దగ్గరకు వెళ్లాడు.

ఓకే, రేపు వెయిట్ చేస్తాను, అని రాణి వాళ్లు కూడా వెళ్లిపోయారు వాళ్ళింటికి.

రాణి, IPS © ఎపిసోడ్ 6

<u>మరునాడు లంచ్ టైం:</u>

మరునాడు అనురాగ్ కోసం స్పెషల్ ఐటమ్స్ చేసింది కౌసల్య, మనసులో అనురాగ్ తన అల్లుడు అయితే బాగుండును, తగ్గ జోడు, ఇద్దరూ అన్నిటిలోనూ పోటీ పడుతున్నట్లుగా ఉంటారు. చదువు, అందం, తెలివితేటలు, సహృదయం, మంచి అలవాట్లు ఉన్న మరో వ్యక్తి ఎక్కడా అని వెతుకుతాం? రాణిని అడగాలి దాన్ని అభిప్రాయం అనురాగ్ గురించి, అనుకుంది కౌసల్య. ఇదే మాటని భర్తతో కూడా చెప్పింది.

గుడ్ డెసిషన్ కౌసల్య, కానీ మనసులో ఏముందో మనకి తెలియదు కదా, అదీ కాక వాళ్ళు చిన్న వాళ్ళు కాదు, పెద్ద పెద్ద ఉద్యోగాలు చేస్తున్నారు. రాణి అభిప్రాయం అడుగు ముందు, అని సలహా ఇచ్చాడు నిశ్చల రావు.

అలాగేనండి అడుగుతాను, అని కోసం రూమ్ లోకి వెళ్ళింది కౌసల్య.
రాణి, నిన్ను ఒక్క మాట అడుగుతాను నీ మనసులో ఏముందో చెబుతావా? నీ కూతురిని పక్కన కూర్చుంటూ అడిగింది కౌసల్య.

చెప్పమ్మా, తప్పకుండా చెబుతాను, అని రాణి తల్లి మనసులో ఏముందో తెలుసుకోవటానికి ప్రయత్నిస్తోంది.

రాణి, నీకు పెళ్లి చేసుకునే వయసు వచ్చింది. మాకు ఆ బాధ్యత ఉంది కదా, ఇన్నాళ్లు చదువు, ఉద్యోగం, అని ఆ మాటనే ప్రక్కన పెట్టేశావు. కానీ ఇప్పుడు నువ్వు ఉద్యోగం లో స్థిరపడ్డారు ఇక ఆ మూడు ముళ్ళు పడితే జీవితంలో కూడా సెటిల్ అయినట్లే, మాకు తృప్తిగా ఉంటుంది. నాకు, మీ నాన్న గారికి నచ్చిన అబ్బాయి అనురాగ్, నీకు, అతను పరిచయస్తుడే కదా, ఇద్దరు వివాహం చేసుకుంటే బాగుంటుందని మా అభిప్రాయం, నీ ఉద్దేశం చెబుతే అనురాగ్ నీ అడుగుతాము, అని చెప్పింది కౌసల్య, మనసులో కూతురు ఏమి జవాబు చెపుతుందో అనే సందేహం.

అమ్మ, మీ ఇద్దరి సంతోషమే నా సంతోషం, కానీ అనురాగ్ మనసులో ఏముందో వాళ్ల తల్లిదండ్రులు ఏమంటారో మనకి తెలియదు కదా అమ్మా, అందుకనే అనురాగ్ అభిప్రాయం తీసుకో ముందు, అని తన అభిప్రాయాన్ని రాణి సంతోషంగా తల్లికి చెప్పింది.

అనురాగ్ వచ్చాడు. అందరూ కలిసి భోజనాలు చేశారు.

ఆంటీ, వంటలు చాలా బాగున్నాయి. స్పెషల్ గా గుత్తి వంకాయ కూర, బిస్మిల్లా బాత్ చాలా బాగున్నాయి, రాణి చేసిందా ఈ రెండు ఐటమ్స్ టేస్టీగా ఉన్నాయి, అన్నాడు అనురాగ్.

ఇదిగో చూడు నాయనా, ఇలాంటివి బాడీకి సూట్ కావు, ఎవరైనా నేరస్తులు ఉంటే చెప్పు, క్షణంలో వాళ్లని పరీక్ష చేసి పట్టుకో గలను అంతే కానీ, వంటిట్లో వాటికి ఇంకా ప్రిపేర్ కాలేదు. సారీ, ఈ వంటంత అమ్మ చేసింది, అని చెప్పింది రాణి.

అవునా, ఆంటీ, మీకు ఫ్రీ టైం ఉంటుందా. ఇంత శ్రద్ధగా వంట చేశారు, అన్నాడు అనురాగ్.

ఇందులో శ్రమ ఏముంది బాబు, అలవాటు అయిపోతే చకచకా చేసేయవచ్చు, శ్రమ అనిపించదు. కొంచెం బిసి బిల్లా బాత్ వేసుకో, ఇది కర్ణాటక స్పెషల్, అని కోసారి వడ్డించింది, కౌసల్య.

అమ్మో వద్దు ఆంటీ. ఇప్పటికే రాత్రి డిన్నర్ కూడా అలాగే చేశాను, ఐటమ్స్ బాగున్నాయని. ఇక చాలు హౌస్ ఫుల్ అయిపోతే కారు డ్రైవ్ చేయలేను, మీరే నన్ను నా హోటల్ రూమ్ కి తీసుకు వెళ్లాల్సి వస్తుంది అండి బాబు, అన్నాడు పొట్ట చూసుకుంటూ అనురాగ్.

నా ప్రాబ్లం అనురాగ్, ఐ విల్ డ్రాప్ యు, డోంట్ వర్రీ, అన్నాడు nischal రావ్.

సరే సరే అనురాగ్, మీ తల్లిదండ్రులు ఎక్కడ ఉంటారు? మీరు ఎంత మంది అన్న తమ్ముళ్లు, అక్కచెల్లెళ్ళు, అని అడిగింది కౌసల్య.

మేము ఇద్దరం ఆంటీ. నాకు ఒక చెల్లెలు, అమ్మ నాన్న కలకత్తా లో ఉంటారు. అమ్మ కాలేజీలో లెక్చరర్. నాన్నగారు కూడా లెక్చరర్. ఇద్దరిదీ లవ్ మ్యారేజ్. చెల్లెలికి ఇంకా పెళ్లి కాలేదు. ఎమ్మెస్ చేసింది. సంబంధాలు చూస్తున్నారు, అని తల్లితండ్రుల గురించి చెప్పాడు అనురాగ్.

-

రాణి, IPS © ఎపిసోడ్-7

<u>పెళ్లి మాటలు:</u>

అనురాగ్, నేను డైరెక్టుగానే అడుగుతున్నందుకు అనుకోవద్దు. మా రాణి నీ అభిప్రాయం? మీ ఇద్దరికీ ఇష్టం అయితే మీ పేరెంట్స్ తో మాట్లాడుతా, అని అడిగా కౌసల్య. చల్ల కి వచ్చి ముంత దాచుకోవడం ఎందుకు అని.

ఆంటీ, ముందు రాణిని అడిగారా? అన్నాడు అనురాగ్.

అనురాగ్, ఇక్కడ గ్రీన్ సిగ్నల్ వచ్చిన తరువాత మీ ఆంటీ నిన్ను అడుగుతోంది, అన్నాడు నిశ్చల రావ.

అవునా, అని పట్టరాని సంతోషంతో గట్టిగా అరిచాడు అనురాగ్.

అవును అనురాగ్, నాకు ఇష్టమే, మా అమ్మా నాన్న గారికి ఇష్టమే. ఇక మీ వైపు నుండి అంగీకారం తెలుపుతూ బాగుంటుంది, అంటే మీ పేరెంట్స్ కి వాళ్ళ అభిప్రాయం కూడా కావాలి. అందరి ఇష్టాలతో నే వివాహం జరగాలి, అని అంది రాణి దృఢంగా.

అవును బాబు, మీ వాళ్ళ ఫోన్ నెంబర్ ఇస్తే మేము మాట్లాడుతాం, అని అడిగింది కౌసల్య.

తప్పకుండా ఆంటీ, అమ్మ వాళ్ళతో మాట్లాడి ఇస్తాను ఇప్పుడే, అని తీసుకున్నాడు డయల్ చేయడానికి.

ఇప్పుడు వద్దులే, ఆ నంబర్ మాకు ఇవ్వు. మేము నిదానంగా మాట్లాడతాము. మీరు వెళ్లిన తర్వాత, అన్నది కౌసల్య సంతోషంగా.

సరే ఆంటీ, ఇదిగో అమ్మ నాన్న గార్ల ఫోన్ నంబర్స్, అని విసిటింగ్ కార్డ్ ఇచ్చాడు.

సరేనండి ఇక నేను వెళతాను. మళ్లీ రేపు ప్రయాణం ఉందిగా. ఇక్కడ ఒకరిద్దరిని కలవాలి, టైమ్ సరిపోదు అన్నాడు లేచి నుంచుని వెళ్లడానికి సిద్ధంగా.

సరే అనురాగ్, అన్నారు, కౌసల్య, నిశ్చల రావు.

అనురాగ్ వెళ్ళిపోయాడు. రాణికి చాలా ఆనందంగా ఉంది. కాలేజీలో అనురాగ్ తో పరిచయం. ఇద్దరు పోటీగా చదవడం అంతా గుర్తుకు తెచ్చుకుంది రాణి.

కార్ డ్రైవ్ చేస్తున్న అనురాగ కి కి కూడా ఆలోచన వచ్చింది రాణి గురించి.

రాణి, అనురాగ్, ఢిల్లీకి వెళ్లి పోయారు. ఎవరి డ్యూటీ లో వాళ్లు జాయిన్ అయిపోయారు ఇద్దరు.

ఒక మంచి రోజున కౌసల్య, అనురాగ తల్లికి ఫోన్ చేసింది.

హలో, పద్మావతి గారు ఉన్నారా, అని అడిగింది కౌసల్య.

పద్మావతి ని మాట్లాడుతున్నాను. మీరు ఎవరు? అంది.

నేను, కౌసల్యని. రాణి మా అమ్మాయి. అనురాగ్ మీకు చెప్పి ఉండి ఉంటాడు. అమ్మాయి రాణి సంబంధం గురించి మాట్లాడదామని, మధ్యలోనే ఆపేసింది కౌసల్య, ఎలాగ మాట్లాడాలో తెలియక.

ఆ, అవునండి. మా వాడు చెప్పాడు. వాడికి ఇష్టమైతే మాకు ఏమి అభ్యంతరం లేదు. కాకపోతే, మా అమ్మాయికి కూడా సంబంధాలు చూస్తున్నాం. దానికి ఏదైనా సెటిల్ అయితే ఇద్దరికీ ఒకేసారి పెళ్లి చేద్దామని ఆలోచన, అని తన మనసులో ఉన్న మాట చెప్పింది పద్మావతి.

మీ ఇష్టప్రకారమే కానిద్దాం. కానీ మీ ఇద్దరూ ఒకసారి బెంగళూరు వచ్చి మా అమ్మాయిని చూస్తే బాగుంటుంది, ఒకసారి చూసి ఓకే

అనుకుంటే ఆగుదాం. మీ అమ్మాయికి కుదిరిన తర్వాత ఇద్దరికీ ఒకేసారి పెళ్లి చేద్దాం అని అడిగింది కౌసల్య.

సరేనండి. మేము ఒకసారి చించుకొని అనురాగ కి చెబుతాము. తప్పకుండా కలుద్దాం అండి వీలు చూసుకొని, అని అంది పద్మావతి.

అలాగేనండి. మరి ఉంటానండీ. అతి త్వరలో కలుద్దాం, అని చెప్పి ఫోన్ పెట్టేసింది కౌసల్య.

రాణి, IPS © ఎపిసోడ్ 8

<u>రెండు నెలల తర్వాత:</u>

రాణి, అనురాగాలు సెలవు తీసుకుని బెంగళూరు వచ్చారు. అనురాగ్. వాళ్ళ తల్లి తండ్రి, చెల్లెల్ని తీసుకు వచ్చాడు. రాణి, అనురాగ్, చెల్లెలు సుధ, ఒక రూమ్ లో కూర్చున్నారు. అనురాగ్, వాళ్ల తల్లిదండ్రులు, రాణి తల్లిదండ్రి కలిసి ఒక రూమ్ లో కూర్చుని మాట్లాడుకుంటున్నారు.

సంబంధాలు ఏమైనా కుదిరినట్లుగా ఉందండి. కౌసల్య అడిగింది.

రెండు లేక మూడు సంబంధాలు ఉన్నాయి. దాంట్లో ఒకటి సెటిలైపోవచ్చు. జవాబు ఇచ్చింది పద్మావతి.

కట్నకానుకలు, లాంఛనాలు.... అవి మాట్లాడుకుంటే బావుంటుంది ..... అని..... అడగొచ్చా, లేదా అనే సందేహంతో అడిగింది కౌసల్య.

కట్నకానుకలు అవేమీ వద్దండి, లాంఛనాలు కూడా ఏమీ వద్దండి. మీ అమ్మాయి మా కుటుంబంలో కలిసిపోయి మమ్మల్ని అర్థం

చేసుకుంటే చాలు అవే అన్నాను, అని పద్మావతి, ఆమె భర్త వెంకట్ ఒకేసారి అన్నారు.

అటువంటి సందేహమేమీ పెట్టుకోకండి. మా రాణి గురించి మేము చెబితే గొప్పలు చెప్పినట్లుగా ఉంటుంది కానీ మా అమ్మాయి కలుపుగోలుగా ఉంటుందండి ఎవరితోనైనా, సున్నితమైన మనసు దానిది, కానీ చిక్కు ఎక్కడ అంటే దాని ప్రొఫెషనల్ లైఫ్, పర్సనల్ లైఫ్ కి చాలా తేడా ఉంది. సమాజంలో అవినీతిని, దౌర్జన్యాన్ని అరికట్టాలని దాని అభిప్రాయం, అందుకే ఆ లైన్ లోకి వెళ్ళింది, అని అన్నాడు నిశ్చల రావు.

ఇలాగ ఆ నలుగురి మధ్య సంభాషణ జరిగింది. రాణి, అనురాగ్, సుధా వచ్చారు.

అమ్మ, let us go వెళదామా అంది సుధ.

అమ్మ అంతా ఓకే, నా అభిప్రాయం ఏమిటో చెప్పారా? అని అడిగాడు అనురాగ్.

ఎస్. అన్నయ్య, మా వదిన గురించి చెప్పాలంటే, రెండు వాక్యాలు చెబితే చాలు అన్నయ్య, ఆ అందాన్ని వర్ణించడానికి ఏ కవి పనికి రాడు. గుణంలో నీకు మేము చెప్పక్కర్లేదు, అయినా

వదిన ఎంచుకున్న ఆ ఉద్యోగమే తెలుస్తుంది. అందరిలోనూ ఉన్న అవినీతిని, దౌర్జన్యాన్ని తనకి తోచిన విధంగా వాళ్లలో మార్పు తీసుకురావాలని, కష్టమైనా సరే ఆ ఉద్యోగంలో చేరింది, యమ్ ఐ కరెక్ట్ వదిన? అని చెబుతూ రాణిని అడిగింది.

ఏమిటి, అర్ధ మొగుడు గారు కాకా పడుతున్నారో, ఏ వరం అడుగుతారు అబ్బా, అని నవ్వుతూ అంది రాణి.

ఓకే ఓకే. ఇప్పుడు అందరం బయటికి వెళదాం. ఏదైనా హోటల్ లంచ్ చేసి అక్కడనుండి ఎయిర్ పోర్ట్ కె వెళ్ళిపోదాం, అన్నాడు వెంకట్. అనుకున్న ప్రకారం లంచ్ అవ్వగానే ఎయిర్ పోర్ట్ కి వెళ్లారు, అనురాగ్ వాళ్లకి వీడుకోలు చెప్పి ఇంటికి వచ్చేసారు రాణి వాళ్లు.

నెలలు గడిచిపోయాయి, అనురాగ్, రాణి, సుధా, చైతన్య దంపతులు అయ్యారు ఒక శుభ ముహూర్తాన.

~~~~~~~~~~
~~~~~~~~~~

రాణి, IPS © ఎపిసోడ్ 9

<u>ఢిల్లీలో సంసారం:</u>

అనురాగ్ రాణి ఢిల్లీలో కాపురం పెట్టారు. ఎవరి డ్యూటీ వాళ్లు చేసుకుంటున్నారు. సాఫీగా సుధా చైతన్యలు ఆన్ సైట్ మీద అమెరికా వెళ్లారు. రాణి మనసులో మాత్రం సాధ్యమైనంతవరకు బీదలకు అన్నదానం ఏదో ఒకటి చేయాలనే కోరిక ఉండేది. ఆ ఆలోచన తల్లి నుండి వచ్చిందా లేక రాణి లోనే బలంగా ఉందా తెలియదు కానీ కోరిక అయితే ఉండేది.

రాణి, సాయంకాలం పార్టీ ఉంది. మా కొలీగ్ వాళ్ల అబ్బాయి బర్త్ డే. సో ఈవెనింగ్ వస్తాను నీ దగ్గరకి ఓకే. అని అనురాగ్ ఫోన్ చేశాడు. ఓకే అనురాగ్, ట్రై చేస్తాను నేను, లేకపోతే మీరు వెళ్ళండి అని జవాబు చెప్పింది.

లేదు, నువ్వు కూడా రావాల్సిందే అంతే అని గట్టిగా చెప్పాడు అనురాగ్.

సరే చూస్తాను అని చెప్పాను కదా, అని బ్రతిమాలుకొని ధోరని లో అంది రాణి.

ఓకే. ట్రై చేయి, అని ఫోన్ పెట్టేసాడు అనురాగ్.

రాణి ఏవో పాత ఫైల్స్ చూస్తుండగానే, కాంస్టేబుల్ ఒక పది సంవత్సరాల అబ్బాయిని తీసుకు వచ్చాడు, ఆ బాలుడు చూడడానికి చదువుకున్న వాడి లాగే అనిపిస్తున్నాడు.

మేడం, ఈ పిల్లాడు, మిగతా వాళ్ళతో గొడవలు పడి కొట్టుకుంటూ ఉంటే చేసుకోవచ్చా మేడం, అని కాంస్టేబుల్ చెప్పారు.

ఏం బాబు, ఎందుకు గొడవలు చేస్తున్నావు? కొట్టుకోవడం ఏమిటి? ఇంత చిన్న వయసులో చదువుకోవాలి కాని గొడవలు చేస్తారా? ఎవరైనా? చెప్పు, అని రాణి ఆ పిల్ల వాడిని అడిగింది.

మీరు న్యాయం చెబుతారంటే, నేను ఒక ప్రశ్న అడుగుతాను చెబుతారా మేడం? అని ఆ బాలుడు ఎదురుప్రశ్న వేశాడ.

చెప్పు, నీకు కావాల్సిన న్యాయం ఏమిటి? అంది రాణి.

వినండి, మా ఫ్రెండ్స్ లో ఒకడు చాలా గొప్పవాడు. స్కూల్లో యూనిఫామ్ వేసుకోడు. ఆయన ఎవరు వాణ్ణి అడగరు. వాడు లంచ్ చేస్తారు ఖరీదైన భోజనం, అది మా అందరి దగ్గర కూర్చుని. ఏమీ చేయలేక తోటి విద్యార్థులు నోరు మూసుకుని

కూర్చుంటాము. వాని దండించే ముందు ఒకసారి వాళ్ల తల్లి తండ్రి గురించి కనుక్కోండి మేడం, అని సూటిగా అడిగాడు రాణిని.

తల్లిదండ్రుల గురించి ఎందుకు? ఆ పిల్లవాడిని బెదిరించి నాలుగు దెబ్బలు కొడితే అన్ని తెలుసుకుంటాం అంది రాణి.

వాడు మా వయస్సు గల వాడే కదా, ముందు వెనక ఆలోచించలేని వయసు దానికి వాడే బాధ్యుడు అనే కదా మేడం. అన్నాడు వాడి కళ్ళలో ఆ ధైర్యం చూస్తూ ఉంటే రాణికి ముచ్చట వేసింది.

కాంస్టేబుల్, ఈ పిల్లాడితో బాటుగా ఇంకా ఎంతమంది పిల్లలు ఉన్నారు? వాళ్ళని ఎందుకు తీసుకు రాలేదు? అదే తప్పు చేసావు, పద, వాళ్ల దగ్గరికి. రా బాబు అని ఆ పిల్లల దగ్గరికి వెళ్ళింది.

కాంస్టేబుల్ ని, డీఎస్పీ రాణిని చూసేసరికి పిల్లలు అందరూ నిశ్శబ్దం అయిపోయారు.

రాణి, వాళ్ళిద్దరికీ స్వీట్లు పంచిపెడుతూ ఆప్యాయంగా పలకరించింది.

చూడండి పిల్లలు మీకు అందరికీ ఒకటి చెబుతున్నాను, వినండి. బాబు నీ పేరేమిటి? అని తనతో తీసుకు వచ్చిన పిల్లవాడిని అడిగింది రాణి అడిగింది రాణి.

రాము అన్నాడు ఆ పిల్లవాడు.

ఓకే. రాము, ఇందాక నువ్వు పోలీస్ స్టేషన్ లో మాతో చెప్పినవి ఒకసారి ఇక్కడ చెప్పు, అని అడిగింది రాణి.

రాము, పోలీస్ స్టేషన్ లో రాణి తో ఏమన్నాడు తూచా తప్పకుండా అంతా చెప్పాడు.

కుర్చీలో కూర్చుని రాణి అడిగింది అందర్నీ.

రాము చెప్పినవి అంతా నిజమేనా, అడిగింది రాణి.

అవును, అంతా నిజమే మేడం, అన్నారు అందరు ఫ్రెండ్స్.

సరే, ఇంతకీ ఆ గొప్ప ఇంటి పిల్లవాడు ఏ డి?, అని ఆ పిల్లవాడి గురించి అడిగింది రాణి.

లేదు అండి. వాడు ఇంటికి వెళ్లిపోయాడు అన్నారు.

ఈలోపుగా రాణి కి, అనురాగ్ ఫోన్ చేశాడు. ఎక్కడ ఉన్నావు రాణి? త్వరగా రా, పార్టీ ఉందని చెప్పాను కదా, అని కోపంగా అన్నాడు అనురాగ్.

లేదు అనురాగ్, ఒక పదినిమిషాల్లో వస్తున్నాను, కొండా వస్తాను. ప్లీజ్ అంది రాణి. అనురాగ్ ఫోన్ పెట్టేసాడు.

పిల్లలు, నేను మళ్ళీ వస్తాను. నాకు ఎప్పుడు అర్జెంట్ పనుంది. గొడవలు పడకుండా అందరూ కలిసి మెలిసి ఉండాలి. సరేనా, కాంస్టేబుల్ ని తీసుకొని తన ఇంటికి వెళ్ళిపోయింది రాణి.

కానీ, అనురాగ్ ఇంట్లో లేడు. అతను పార్టీకి వెళ్లిపోయాడు. రాణి, త్వరగా రెడీ అయిపోయి, తన కారులో వెళ్ళింది ఆ పార్టీకి.

హలో, డీఎస్పీ గారు, రండి, రండి, అని అనురాగ్ స్నేహితుడు ఆహ్వానించాడు రాణిని. రాణి

సారీ అండి, కొంచెం లేట్ అయింది. ఏదో ఒక చిన్న కేసు చూసేసరికి లేట్ అయిపోయింది, అని క్షమాపణ చెబుతున్నట్లుగా అడిగింది రాణి.

నో నో, దేర్ ఈజ్ నో ప్రాబ్లం. మీ ప్రొఫెషనల్ డ్యూటీ కదా. ఇందులో మీరు సారీ చెప్పాల్సిన పనిలేదు అని అతను అన్నాడు

రా రాణి, అని అనురాగ్ పిలిచాడు. బర్త్ డే పార్టీలో పిల్లల హడావిడి బాగా చేశారు. కానీ ఒక పిల్లాడు కొంచెం వేరుగా అనిపిస్తూ ఉన్నాడు, రాణి అది గమనించింది.

ఆ బాబు మీ అబ్బాయి నా? అని ఆ పిల్లాడిని చూపిస్తూ అడిగింది రాణి, అనురాగ్ ఫ్రెండ్ ని. అవునండి, మా పెద్దబ్బాయి సుకుమార్. వాడు థర్డ్ క్లాస్ చెబుతున్నాడు భారతీయ విద్య కాన్వెంట్ స్కూల్ లో, ఎందుకు అని అలా అడుగుతున్నారు? అని ప్రశ్నించాడు. ఏమీ లేదండి, ఆ అబ్బాయి కొంచెం దూరంగా ఉంటే అడిగాను అంతే, అంది రాణి.

ఎంతైనా మీరు డీఎస్పీ కదా. మీరు అన్నింటిలోనూ చాలా అబ్జర్వ్ చేస్తూ ఉంటారు లెండి. అంత సీన్ అబ్జర్వేషన్ ఉంటుంది లెండి, అని నవ్వుతూ అంది ఆ స్నేహితుడు యొక్క భార్య.

రాణి గారు, మర్చిపోయాను, ఈమె నా భార్య సుజాత. అలాగే రాణి, అనురాగ్ లా గురించి చెప్పాడు మూర్తి.

పార్టీ స్టార్ట్ అయింది. అంతా అయిపోయే సరికి రాత్రి 12 గంటలు అయింది.

~~~~~~~~~~~~
~~~~~~~~~~~~

రాణి, IPS © ఎపిసోడ్ 10

ఎవరి ఇళ్లకు వాళ్లు:

బర్త్ డే పార్టీ అయిపోయిన తర్వాత, ఎవరి ఇళ్లకు వాళ్లు బయలుదేరారు. రాణి, అనురాగ్ వాళ్ల వాళ్ల వచ్చారు, వచ్చేటప్పుడు.

అనురాగ్, నా కారు నేను ఇక్కడ వదిలేస్తాను, రేపు మా వాళ్ళని పంపిస్తాను, వాళ్లు నా కారుని తీసుకొస్తారు. అని అనురాగ్ కారులో కూర్చుంది రాణి. అనురాగ్ మౌనంగా కార్ డ్రైవ్ చేశాడు ఇంటి వరకు.

అనురాగ్ ఎందుకు అంత సీరియస్ గా ఉన్నావు నన్ను అర్థం చేసుకోండి నా వృత్తి అలాంటిది, అంది రాణి.

ఎంత డి. ఎస్. పి అయితే మాత్రం భర్త పిలిచినప్పుడు అన్ని వదులుకొని రావాలి, రాంగ్ టైంలో కాదు కదా. సాయంత్రం ఐపోతావ్ అనే కదా నేను పిలిచింది ఆమాత్రం కూడా కాలేదా అర్థం? అని కాస్త గట్టిగా అన్నాడు అనురాగ్.

లేదు అనురాగ్, నేను కావాలని లేట్ చేయలేదు, ఒక చిన్నపిల్లల తగాదా వచ్చింది. దాన్ని సెటిల్ చేద్దామనుకున్న. కానీ అప్పటికే ఆలస్యం వదిలేశాను. పిల్లల కాబట్టి తొందర పడకూడదని అనుకున్నాను. పెద్దవాళ్ల అయితే వాళ్లని జైల్లో పెట్టి వచ్చేదాన్ని, అని జరిగిన సంగతి చెప్పింది.

అంతా విన్న తర్వాత అనురాగ్ కూడా సారీ రాణి, నీకోసం వెయిట్ చేయాల్సి వచ్చిందని అలాగా అన్నాను. అంతే. నువ్వు చేసిన పని చాలా మంచి పని చేశావు. పిల్లల్ని ఎప్పుడు తొందరపడి శిక్షించకూడదు. పిల్లల మీద అనురాగ్ కి చాలా అభిమానం, అందుకే అలాగా అన్నాను. నాకు తెలుసు అనురాగ్, మీ మనసు, అని anurag ని హత్తుకుంది సంతోషంతోరాణి. అనురాగ్ కూడా రాణిని ప్రేమగా హత్తుకున్నాడు. మర్నాడు ఆఫీసుకు రాగానే రాణి. కాంస్టేబుల్ ని పిలిచింది

చెప్పండి మేడం. అంటూ వచ్చి నిలబడ్డాడు కాంస్టేబుల్. నిన్న ఆ చిన్న పిల్లాడు పేరు రాము కదా వాళ్ల దగ్గరికి వెళదాం ఒకసారి అనే జీపు దగ్గరికి వెళ్ళింది రాణి. కాంస్టేబుల్ కూడా వచ్చి జీపు డ్రైవ్ చేశాడు. స్కూలు దగ్గర ఆగింది జీపు. రాణి లోపలికి వెళ్లి వాన్ని కలిసింది. ఏవో మాట్లాడింది. అలా ఒక గంట అయిన తర్వాత బయటికి వచ్చింది. జీపులో ఇంకో ప్లేస్ కి వెళ్ళింది. తరువాత ఆఫీస్ కి వచ్చింది. పనేమిలేదని వచ్చేసింది ఇంటికి. అనురాగ్ కి

ఫోన్ చేద్దామని ఫోన్ తీసుకుంది, కానీ మళ్లీ ఊరుకుంది. తను ఈరోజు ఫ్రీ గా ఉందని, anurag ని డిస్టర్బ్ చేయడం ఎందుకు? తను ఆఫీసులో బిజీగా ఉంటాడు. అది పద్ధతి కాదు. వెయిట్ చేస్తాను, అనుకుంది రాణి. ఈలోపుగా వాళ్ళ అత్తగారు ఫోన్ చేసింది రాణి కి.

హలో రాణి. ఎలాగా ఉన్నారమ్మ మీ ఇద్దరూ? వాడు ఇంట్లోనే ఉన్నాడా? అని ఆడిగింది అత్త గారు.

బాగానే ఉన్నాము అత్తయ్య గారు, మీరు, మామయ్య గారు ఎలాగ ఉన్నారు? ఏదో కేస్ లో బిజీ అయిపోయాను అత్తగారు ఏమీ అనుకోకండి. అసలు అమ్మ వాళ్లకి కూడా ఫోన్ చేయలేదు. చాలా రోజులు అయింది అందరికీ ఫోన్లు చేసి అంది చాలా ఉత్సాహంగా రాణి.

అవునమ్మా, బిజీగా అందరూ ఉంటాము. కానీ ఎంత బిజీగా ఉన్నా, ప్రేమ అభిమానాలు మన కూడదమ్మా. అప్పుడు ఫోన్ చేస్తూ ఉండు రాణి. అమ్మ వాళ్లు అయినా, ఇటు మేము అయినా ఇద్దరమే కదమ్మా, అన్నది పద్మావతి.

క్షమించండి అత్తయ్య గారు తప్పకుండా చేస్తాను. మీరు చెప్పింది నిజమే. ఈసారి నుండి వారానికి ఒకసారి తప్పకుండా ఫోన్ చేస్తాను అత్తయ్య గారు అని ఇచ్చింది రాణి.

సరేనమ్మా, అన్నట్లు మాటల్లో మరిచిపోయాను. నిన్న సుధా ఫోన్ చేసింది. వాళ్ళు బాగానే ఉన్నారట. ఒక గుడ్ న్యూస్ రాణి. త్వరలో అమ్మమ్మని అవుతున్నాను. అని రెట్టింపు సంతోషంతో అంది పద్మావతి.

అవునా అత్తయ్య గారు. తప్పకుండా సుధ కి ఫోన్ చేసి విష్ చేస్తాను. Anurag కూడా సుధా కి ఫోన్ చేస్తాడు లెండి. అని అత్త గారికి మాట ఇచ్చింది రాణి.

అవునమ్మా, తప్పకుండా సుధ కి చేయండి ఇద్దరు. భగవంతుడు కరుణిస్తే మీరు అతి త్వరలో తల్లి తండ్రి అయితే బావుండును అవునా అమ్మాయి రాణి. నేను ఒకటి అడుగుతాను
, చెప్పు నిజం చెప్పాలి. చెబుతావా? నేను మీ అమ్మ లాంటి దాన్ని. నా దగ్గర దాచ వద్దు., అని మనసులో ఉన్న సందేహం అడిగింది పద్మావతి.

చెప్పండి అత్తయ్య గారు. నేను మిమ్మల్ని మా అమ్మా నాన్న లాగానే అనుకున్నాను, చెప్పండి అని అంది రాణి.

ఏమి లేదు రాణి, మీ ఇద్దరు, పిల్లలు ఇప్పుడే వద్దని, ఏమైనా పోస్ట్ పోన్ చేసుకుంటున్నారా అని అడుగుతున్నాను రాణి, అంది పద్మావతి.

అలాంటిది ఏమీ లేదు అత్తయ్య గారు, పిల్లలు అంటే ఇష్టమే, దానికోసం ఆపుకోవడం ఎందుకు? ఉద్యోగస్తులైన, కాకపోయినా, పిల్లలు తో ఏ ఇబ్బంది ఉండదు. పిల్లలు లేక ఎంతమంది బాధపడుతున్నారు చెప్పండి? అయినా అమ్మ, మీరు, ఉన్నారు సహాయం చేయడం కోసం, రాణి నవ్వుతూ చెప్పింది అత్త గారితో.

అత్తయ్య గారు, మీరిద్దరూ కొన్ని రోజులు ఇక్కడ ఉండడానికి రావచ్చు కదా అండి, అని అంది రాణి.

చూస్తాను రాణి, వీలు చూసుకుని వస్తాను లే, అంది పద్మావతి.

వీళ్ళ ఇద్దరికీ సంభాషణ అయిపోయింది. ఈలోగా అనురాగ్ వచ్చాడు. జరిగిన సంభాషణ అంతా చెప్పింది రాణి.

అవునా, ఎంత శుభవార్త చెప్పావు. సో త్వరలో నేను తన మామ ని అలా పోతున్నాను అని పట్టరాని సంతోషంతో రాణిని ఎత్తుకొని గిరగిర తిప్పి వేశాడు అనురాగ్.

అబ్బా, ఆగండి, నాకు కళ్ళు తిరుగుతున్నాయి ఆగండి, అని అని దిగిపోయింది.

ఓ సారీ సారీ రాణి, ఆ ఆనందంలో అలాగ వచ్చేసింది, సరే మనం ఈరోజు హోటల్ కి వెళుతున్నాము డిన్నర్ కి, ఇంకేమీ మాట్లాడకుండా రెడీ అవ్వు, ఈలోగా నేను సుధా తోనే మాట్లాడుతాను, అన్నాడు అనురాగ్.

సరే సరేనండి, నేను రెడీ అయ్యి వస్తాను, అని లోపలికి వెళ్లి చీర జాకెట్టు తీసుకుని, బాత్రూం లోకి వెళ్ళింది స్నానానికి.

హాయ్ సుధా, కంగ్రాట్స్. త్వరలో తల్లి కాబోతున్న అందుకు ముందు నీకు, చైతన్య కి, కంగ్రాట్స్ చెబుతున్నాను అని సుధ కి ఫోన్ చేసి చెప్పాడు అనురాగ్.

థాంక్స్ అన్నయ్య, సరే మా సంగతి ఓకే. మరి మీరిద్దరూ ఎప్పుడు తల్లిదండ్రి అవుతున్నారు? త్వరలో నన్ను మేనత్త నీ చేయరా? ఏది వదిన? నేను, వదిన అని అడగాలి, అని నవ్వుతూ అంది సుధా, అనురాగ్ తో.

నేను, సిద్ధంగా ఉన్నాను మీ కోరిక తీర్చడానికి. మీ వదిన వస్తోంది. ఇదిగో, అని రాణి రాకను గమనించిన అనురాగ్, రాణి కి ఫోను ఇస్తూ అన్నాడు.

ఏమిటి అనురాగ్, మీరు దేనికి నేను సిద్ధంగా ఉన్నారు అంటున్నారు? ఫోన్ లో ఎవరితో మాట్లాడుతున్నారు? ఫోన్ తీసుకుంటూ అడిగింది రాణి.

సుధా, నీతో మాట్లాడుతుందట రాణి, అని ఫోను రాణికి ఇచ్చాడు అనురాగ్.

హలో, వదిన ఎలాగ ఉన్నావు? అని అంది సుధ.

హలో సుధా, నేను బాగానే ఉన్నాను. మందు ఇద్దరికీ కంగ్రాట్స్. త్వరలో తల్లిదండ్రుల అవుతున్నందుకు, అని విష్ చేసింది ఇద్దర్ని.

థాంక్స్ రాణి, మా సంగతి సరే. మరి మీ ఇద్దరు ఎప్పుడు అవుతారు? మాలాగా? తల్లిదండ్రులు, అని చైతన్య రాణి తో.

అర్ధ మొగుడు మందు కోరిక తీరిన తరువాత, మేము, సుధా. ఇంతకీ మేనల్లుడు లేక కోడలా? ఎవర్ని అనుకుంటున్నావు? అని హాస్యంగా అంది రాణి. ఎవరు అయినా పర్వాలేదు. మాకు

అలాంటి తేడాలు ఏమీ లేవు, ఇంతకీ నన్ను మేనత్త నీ ఎప్పుడు చేస్తావు.? అని ఎదురు ప్రశ్న వేసింది సుధా.

వెయిట్ చేయాల్సిందే తప్పదు, అంది రాణి నవ్వుతూ.

సరే సుధా, మేము డిన్నర్ కి వెళ్తున్నాము. అనే నీకు ఫోన్ చేస్తాను మళ్లీ. ఫోన్ పెట్టేస్తున్నాను. అని అనురాగ్ ఫోన్ పెట్టేసాడు.

ఇద్దరూ కలిసి హోటల్ కి వెళ్ళారు.

అనురాగ్, నేను, మొన్న ఒక చిన్న పిల్లాడి కేసు గురించి చెప్పాను మీతో గుర్తుందా? ఆరోజు సంఘటన గుర్తు చేసింది, రాణి, అనురాగ్ కి.

ఆ, అవును అవును గుర్తుంది. ఏమైంది ఆ కేసు? అని అడిగాడు అనురాగ్.

ఏమీ లేదు అనురాగ్. పిల్లలు చిన్న వాళ్ళు కదా. గొడవలతో కేసు మొదలైంది. మందు బాగా మనస్తత్వాలు, వాళ్ళ అలవాట్లు తెలుసుకోవాలని, ప్రిన్సిపాల్ దగ్గరికి వెళ్లి, మీరు పేరెంట్స్ డే మీటింగ్ రోజున మాకు ముందుగా ఇన్ఫార్మ్ అడిగాను, అంది రాణి.

ఏమన్నారు ఆ ప్రిన్సిపాల్? స్కూల్ ఏది? వాళ్ళు ఒప్పుకోరు కదా. వాళ్ల స్కూల్ కి బ్యాడ్ నేమ్ వస్తుందని, అన్నాడు అనురాగ్.

లేదు. ఒప్పుకోలేదు ప్రిన్సిపాల్. ఆవిడ్ని ఒప్పించడానికి చాలా టైం పట్టింది, కానీ, షరతు మీద ఒక నది పాల్ పేరెంట్స్ డే రోజు మమ్మల్ని పిలవడానికి., రాణి అన్నది అనురాగ్ తో.

ఏమిటా షరతు? అన్నాడు అనురాగ్.
అంటే, అది నేను ఇచ్చిన సలహా నే, అన్నది రాణి.
అది ఏమిటి అని అడుగుతున్నాను, అన్నాడు అనురాగ్

అనురాగ్ అదే, మా అమ్మ అనాధ ఆశ్రమంలో పని చేస్తోంది కదా! అలాగే మీ అమ్మగారు లెక్చరర్ గా చేస్తున్నారు. వీళ్ళ ఇద్దరిని పిలిచి, ఒక గంట వాళ్ళకి ఉన్న నాలెడ్జి చెబితే, కొంచెమైనా ఆ పిల్లల్లో, తల్లిదండ్రులలో మార్పు రావచ్చేమో అని ఆశ, అనురాగ్. అని తన మనసులో మాట చెప్పింది రాణి.

ఏమో చెప్పలేము రాణి. మార్పులు రావచ్చు, రాకపోవచ్చు. కానీ , నీ ఆలోచన అయితే బాగుంది. కనీసం పిల్లలలో ఒకరిద్దరు అయినా చాలు, బాగుపడితే. చూద్దాం మరి. మన వాళ్ళకి చెప్పవా? ఈ సంగతి, అన్నాడు అనురాగ్.

లేదు అనురాగ్. ఇంకా చెప్పలేదు, చెప్పాలి, వాళ్ళిద్దరూ వస్తారో లేదో కనుక్కోవాలి, అన్నది రాణి.

మాట్లాడి చూడు, సరే పద, వెళదాం, అని లేచి నుంచున్నాడు, హోటల్ బిల్లు ఇచ్చేశాడు, అనురాగ్.

పదండి, అని ఇద్దరూ లేచి కారు దగ్గరికి వచ్చారు.

ఒక నెల తర్వాత, ఆ స్కూల్ ప్రిన్సిపాల్ ఉండండి ఫోన్ వచ్చింది దానికి, రాణి కి. పేరెంట్స్ డే మీటింగ్ రేపు ఉంది, రమ్మని. అయితే డిఎస్పీగా కాకుండా, ఒక గృహిణిగా, కాబోయే తల్లిగా, అనుకోని రండి, అని చెప్పింది ప్రిన్సిపాల్.

అనురాగ్, ఆ ప్రిన్సిపాల్ నన్ను రమ్మని హిందీ స్కూల్ కి పేరెంట్స్ డే రోజున, అయితే డిఎస్పీగా కాకుండా, మామూలుగా రమ్మనమని చెప్పింది, అని అంది రాణి.

వెళ్ళు, నీకు తోచినట్లుగా వాళ్లకి చెప్పు, చూద్దాం, అని అన్నాడు అనురాగ్.

~~~~~~~~~
~~~~~~~~~

రాణి, IPS © ఎపిసోడ్ - 11

<u>డి. ఎస్. పి రాణి స్కూల్ విజిట్:</u>

మర్నాడు అనుకున్నట్లుగానే స్కూల్ కి వెళ్ళింది రాణి, కానీ డిఎస్పీగా కాకుండా ఒక గృహిణిగా.

పిల్లల ప్రోగ్రెస్ రిపోర్ట్ ల గురించి వాళ్ల పిల్లలు ఏ సబ్జెక్టులో పూర్ గా ఉన్నారు, వాళ్ల బిహేవియర్ ఎలాగా ఉంటుందో మీరందరూ పిల్లల గురించి ఎంత శ్రద్ధ తీసుకోవాలి చెప్పారు టీచర్స్, తల్లిదండ్రులకి. తల్లులే ఎక్కువమంది. తండ్రులు కూడా ఉన్నారు. రాణి గారు, మీరు, ఏమి చెప్పాలనుకున్నారో, చెప్పండి, అన్నది ప్రిన్సిపాల్.

అలాగే మేడం, అన్నది రాణి. తరువాత తల్లిదండ్రుల నీ ఉద్దేశించి చెప్పడం ప్రారంభించింది రాణి. చూడండి, మీరందరూ తప్పుగా అర్థం చేసుకో వద్దని ముందుగా చెబుతున్నాను. పిల్లలకి ఈ వయసులో ఎదుటి వాళ్ళని చూసి అనుసరించడం అలవాటుగా చేసుకుంటారు. అది మంచి అయినా మంచి కాకపోయినా మనకి తెలియదు. మనం ఏమనుకుంటారంటే, ఇంకా వీళ్ళు చిన్న పిల్లలే కదా, వీళ్ళకి మనం ఏమి చెప్పినా అర్థం కాదు లే, అని అనుకుంటాము. కానీ అదే తప్పు. మనకి డబ్బు గా ఉందని వాళ్లకి

ఇప్పటి నుండే విలాస జీవితానికి అలవాటు చేస్తాం. వాళ్ళనే కార్లల్లో తిప్పి ఖరీదైన బట్టలు, భోజనం, అన్ని సౌకర్యాలు కల్పిస్తాం. అని ఇంకా చెప్పే లోపుగానే కొంతమంది అందుకున్నారు, మేడమ్, మీరు చెప్పిన దాంట్లో, మేము చేసిన తప్పు ఏమీ కనిపించలేదు. మనం చిన్నప్పుడు కష్టపడ్డాం, తల్లిదండ్రుల సంపాదన తక్కువగా ఉండడం వలన, మనం అప్పుడు ఆ కష్టం మన పిల్లలకి లేకుండానే పెంచుదామని అనుకోవడంలో తప్పులేదు, ఆనాడు కొంతమంది పేరెంట్స్.

తప్పు, తప్పు అదే. ఒకసారి నిదానంగా ఆలోచించండి. పిల్లలకి కష్టం లో తప్పు లేకపోవచ్చు. కానీ ఎదుటి పిల్లలతో ఎలాగ ఉండాలో చెప్పాలంటే మనం మిగతా పిల్లలు ఎలాగా ఉన్నారు, అదేవిధంగా పెళ్ళాళ్ళన్ని లలో ఆనం గా ఉంచాలి. కానీ తోటి పిల్లలతో ధనవంతులం అనే ప్రసక్తి రాకుండా చూసుకోవాలి. అప్పుడే వాళ్లు మిగతా పిల్లలతో సమానంగా ఉండగలరు, కలిసిమెలిసి ఉంటారు. అందరి పిల్లలతో సమానంగా ఉండడం అలవాటు అయితే జీవితంలో కష్టసుఖాలు కూడా తెలుస్తాయి. మనం ముమ్మందు జీవితంలో డబ్బు సమస్య వస్తే, అప్పుడు కష్టపడి సంపాదించాలంటే వాళ్లకి కష్టము అనిపిస్తుంది. అదే అలవాటు చేస్తే, ఎన్ని కష్టాలు వచ్చినా ఎదుర్కొంటారు. సుఖ పడటం గురించి మనం నేర్పించా అవసరం లేదు. కష్టపడడం,

ఎదుటి వాళ్లు కష్టాల గురించి తెలుసుకోవడం నేర్చుకుంటే చాలు. అందరి పిల్లలతో సమానంగా పెరిగేటట్లుగా చూడండి, కావాలంటే మీ దగ్గర డబ్బు ఎక్కువగా ఉంటే ఆ డబ్బుతో వాళ్ల పేరున స్థిరాస్తులు కొనండి. అదే మన పెద్దవాళ్ళు వారసత్వపు ఆస్తులు అంటారు కదా. దీనివలన డబ్బు దుర్వినియోగం కాదు. మంచి అలవాట్లు కూడా వస్తాయి. కష్టసుఖాలు తెలుస్తాయి. ఆలోచించుకోండి ఒక్కసారి అందరూ. నేను చెప్పిన దాంట్లో మీ అందరికీ ఏమైనా అనిపిస్తే క్షమించండి, అని ఆపేసి, అందరి వంకా చూసింది రాణి, వాళ్ళ మనసులో భావం ఫోటో గ్రహించడానికి ప్రయత్నిస్తూ అంది.

అందరి హృదయాలలో ఒక రకమైన ప్రభావం కనిపిస్తోంది

మేడమ్ మీరు చెప్పిన దాంట్లో తప్పేమీ లేదు లెండి. మేము రేపటినుండి కారులో కాకుండా అందరి పిల్లలతో సమానంగా ఆటో స్కూల్ బస్సు లోను మా పిల్లల్ని పంపిస్తాము. అని ఒక నలుగురు తల్లిదండ్రులు అన్నారు

చాలా సంతోషంగా ఉందండీ మీరందరూ నాతో సహకరిస్తున్న అందుకు నాకు ఈ అవకాశం ఇచ్చిన బాలు గారికి నా హృదయపూర్వక అభినందనలు చెప్పుకుంటున్నాను, అన్నది రాణి ఆనందంగా.

ఇందులో నాదేమీ లేదు రాణి గారు అసలు థాంక్స్ చెప్పాలి, అన్నది ప్రిన్సిపాల్.

ఎందుకు మేడం. నాకు థాంక్స్? అంది రాణి.

డియర్ పేరెంట్స్, ఈ రాణి ఎవరు అనుకున్నారు? డిఎస్పీగా చేస్తున్నారు. ఆ అధికారంతో వస్తే డిఎస్పి కదా, అధికారం చూపిస్తోంది అనుకుంటారు మీరందరు. అలాగే గారికి సామాన్య గృహిణిగా వస్తే, అధికారం లేకుండా, ఎలాగా మాట్లాడుతారో చూద్దాం అనే, ఇలాగ రమ్మని రిక్వెస్ట్ చేశాను. అంతా చక్కగా, సాఫీగా ఈ పేరెంట్స్ మీటింగ్ అయిపోయింది. మీరందరూ, రాణి గారు చెప్పిన విషయాల గురించి ఆలోచించి, మీ పిల్లలు మార్పు రావడానికి ప్రయత్నించండి అని ప్రిన్సిపాల్ అందరితోనూ చెప్పింది.

మేడమ్, సారీ, మా అందరికీ మీరు డీఎస్పీ విషయం తెలియదు మీరు పాన్ లో లేరు సెకండ్ పాయింట్. మేము, మిమ్మల్ని ఎక్కడా చూడలేదు. సో, అందుకని మీ గురించి తెలియదు, క్షమించండి. అంటూ అందరూ రాణి కి క్షమాపణ చెప్పారు.

ఇందులో నా సహాయం కంటే ఒకటి చెబుతాను వినండి. ఒక పది రోజుల క్రిందట మా కాంస్టేబుల్, ఒక పిల్లవాడిని తీసుకు వచ్చాడు. పిల్లవాడు 10 సంవత్సరాలు లోపు గా ఉంటాడు. ఆ అబ్బాయిని అడిగాను. ఏ నేరం చేసావు, మా వాళ్ళు నిన్ను తీసుకు వచ్చారు అని అడిగాను. అందుకు ఆ అబ్బాయి మేడమ్, నేను చేసిన గొడవలకి శిక్ష వేసే ముందు మా తల్లిదండ్రులతో కలిసి మాట్లాడండి. బీద, గొప్ప తేడాలు ఎక్కడనుండి వస్తాయి, మీరు ఒకసారి స్కూల్ కి రండి. అక్కడ తల్లిదండ్రులతో మాట్లాడండి, అన్నారు చిన్న పిల్లవాడు. అయినా బాబు చెప్పిన దాంట్లో తప్పు లేదు అనిపించింది, అందుకే అతన్ని పంపించేసాను.

ఆ అబ్బాయి ఎవరు మేడం? అన్నారు.

ఆ అబ్బాయి పేరు రాము. చెప్పిన దాంట్లో నిజాయితీ ఉందని ఆలోచించి, ప్రిన్సిపల్ గారితో మాట్లాడి, ఇదిగో ఇలాగ మీ అందరికీ చెప్పాను నాకు తెలిసింది. రాము ఎక్కడ? అతని తల్లిదండ్రులు ఎవరు? ఇక్కడ ఉన్నారా? అని రాము గురించి అడిగింది. నేనే మేడమ్, వీళ్లే మా అమ్మ నాన్న, అని రాము, వాళ్ళ అమ్మానాన్న అని పరిచయం చేశాడు.

చాలా సంతోషం అండి, రాము నీ బాగా చదివించండి. అతనికి మంచి భవిష్యత్తు ఉంది, అని చెప్పింది రాణి.

అలాగేనండి, కానీ మాది సామాన్య కుటుంబం అయినా, మాకు ఉన్నదా దాంట్లో కుండ చదివిస్తాను. ఇద్దరు పిల్లలు. చిన్నవాడు రాము. ఇద్దరూ బాగా చదువుకుంటున్నారు. పెద్దవాడు గోపి కూడా ఇదే స్కూల్లో చదువుతున్నాడు, అన్నారు ఇద్దరు. మంచిదండి. మీకు ఏదైనా సహాయం కావాలి అనుకుంటే, నాకు చెప్పండి. నాకు తోచిన సహాయం చేస్తాను. వీళ్ళకి కాదు, మీలో ఎవరికైనా ఏ సహాయం కావాలంటే అడగండి, అని తన పనిచేసే పోలీస్ స్టేషన్ చెప్పింది, ఫోన్ నెంబర్ ఇచ్చింది రాణి.

మీటింగ్ అయిపోయింది ఎక్కడ వాళ్ళు అక్కడికి వెళ్లి పోయారు.

రాణి, IPS © ఎపిసోడ్ - 12

రాణి ఇంట్లో:

కానీ ఇంటికి వచ్చింది. హాల్లో కూర్చుని టీవీ చూస్తోంది రాణి. చాలా రోజుల తర్వాత రిలాక్సుడుగా ఉంది రాణి మనసు. తల్లి తండ్రి ఎలా ఉన్నారు వచ్చింది. వెంటనే ఫోన్ తీసుకుని ఫోన్ చేసింది.

అమ్మ, నేను, రాణిని. నాన్న ఎలాగా ఉన్నారు? చాలా రోజులైంది, అని ఫోన్ చేసింది రాణి.

బాగానే ఉన్నాం అమ్మ. కానీ, ఏదో తెలియని దిగులు గా ఉంది. ఇంట్లో ఇద్దరం అంటేనే బోర్ గా ఉంది. అన్నది రాణి. మీరిద్దరూ చాలా దూరంగా ఉన్నారు. రోజు చేసే పనులు కాబట్టి, దాంట్లో కూడా క్రొత్త ఏమి లేదు. అందుచేతనే మా ఇద్దరికీ చాలా బోర్ గా ఉంది రాణి, అన్నది రాణి తల్లి. మీ నాన్నగారు కూడా ఆ పరిశోధన ఆపేశారు, అని విచారంగా అంది కౌసల్య.

అమ్మ, లేదమ్మా. నాదే తప్పు. మీకు ఇద్దరికీ నేను ఒక్కరినే. మిమ్మల్ని దగ్గరుండి చూసుకోవాలి. అలాంటిది నా ఉద్యోగం,

కేసులు, అరెస్టులు, విచారణ కోర్టులు, గొడవలు, వీటిలో పడి పోయాను. మిమ్మల్ని, అత్తయ్య గారు వాళ్లని వదిలేశాను, మేమిద్దరం రేపే బయలుదేరి వస్తాము, అని అంది రాణి.

అనురాగ్ రాగానే తన మనస్సులో అన్న మాట చెప్పింది. రేపు మనిద్దరం ముందు బెంగళూరుకి వెళదాము. అక్కడ అమ్మ, నాన్న నీ తీసుకుని కలకత్తా వెళదాము. వాళ్ల నలుగురిని ఇక్కడికి తీసుకువస్తే, వాళ్లు సంతోషంగా ఉంటారు. మనం కూడా వాళ్లని చూసిన తృప్తి ఉంటుంది. వాళ్లకి మనం తప్ప ఇంకా ఎవరూ లేరు కదా, అన్నది అనురాగ్ తో.

అనుకున్న ప్రకారం బెంగళూరు. కల్కత్తా వెళ్లి తల్లిదండ్రులను తీసుకువచ్చారు. వాళ్లు కూడా, చాలా సంతోషించారు అందరూ ఒకే చోట ఉన్నందుకు రాణి అనురాగ్ లు. అందరితో కలిసి భోజనాలు. కబుర్లు, ఎవరికి తోచిన ఆటలు, ఇలాగ టైం గడిచిపోయింది అందరికీ. మూడు నెలలు గడిచిపోయాయి. రాణి కి ఇప్పుడు రెండవ నెల. సుధా కి ఆరవ నెల. వదిన గారు మేము వచ్చేనెల సుధా దగ్గరికి వెళతాం. దానికి ఏడవ నెల వస్తుంది కదా!? సీమంతం చేస్తాము. రాణి కి ఇంకా టైం ఉంది. సుధా అక్కడే డెలివరీ చేసుకుంటుందట, అని పద్మావతి, వియ్యపురాలు తో అంది.

అమ్మ, వెయిట్. వెయిట్, నాకు రెండు నెలలపాటు అమెరికాలో బిజినెస్ వీసా మీద వెళ్ళమన్నారు. వచ్చే నెలలో నేను వెళ్ళేది ఉంది. సో, మన అందరం కలిసి వచ్చేనెల అమెరికాకు వెళుతున్నాము. రాణి, నువ్వు కూడా ఏదో కేసు చూసుకుని అమెరికా వచ్చేయ్. అక్కడ అందరం సరదాగా రెండు నెలలు గడుపుదాం, అని రాణి కి సలహా ఇచ్చాడు అనురాగ్.

అనురాగ్, మీది సాఫ్ట్వేర్ ఎప్పుడు కావాలంటే అప్పుడు ఒక ప్రాజెక్ట్ సృష్టించుకొని ప్రపంచమంతా తిరిగి రావచ్చు కానీ మాది అలాగ కాదు బాబు, అంతా ఇండియన్ కేసెస్. ఈ కేసు లు చూడడానికే టైమ్ సరిపోదు ఇంకా అవుట్ ఆఫ్ కంట్రీ. నో వే, అంది నాకు వీలు కాదు అని చెప్పింది.

లేదు రాణి, కావాలంటే లాస్ ఆఫ్ తే మీద ఒక నెల లీవు పెట్టుకొని రావమ్మా, అంది అత్త గారు.
చూడాలి అత్తయ్య గారు, లీవు దొరుకుతుందో లేదో, అన్నది సందేహంగా రాణి.

మీరందరూ వెళ్లండి వదినగారు, మీ అమ్మాయి వాళ్ళింటికి మేము ఎందుకు? మేము బెంగళూరు వెళ్లి పోతాము, అంది కౌసల్య మహామాటంగ.

అదేమీ లేదు వదినగారు, మనం అందరం ఒకటే, మేము వేరు మీరు వేరు కాదు. అందరం వచ్చే నెలలో వెళుతున్నాము, అంతే రాణి, నువ్వు లీవ్ పెట్టు కొంటావా? లేక ఏవైనా ఆఫీస్ డ్యూటీ కుంటావో నీ ఇష్టం. టికెట్లు బుక్ చెయ్ అనురాగ్, అందరం కలసి సరదాగా వెళదాము. నేను ఇప్పుడే సుధ కి ఫోన్ చేసి చెబుతాను, అని పద్మావతి, సుధా కి ఫోన్ చేసింది.

సుధా, ఎలాగ ఉన్నావు.? చైతన్య ఎలాగా ఉన్నాడు? నీకు ఒక శుభవార్త సుధా. అందరం అమెరికా కి వస్తున్నాము, అన్నది పద్మావతి.
అవునా. వాట్ ఏ సర్ ప్రైజ్ అని అంది సుధ.
ఇంకో వార్త, రాణి కి ఎప్పుడు సెకండ్ మంత్, అంది.
ఏమీ అమ్మ, వదిన కి కూడా సెకండ్ మంత్.

అత్తయ్య గారు, కంగ్రాట్స్ అని చెప్పండి మా సిస్టర్ కి, అని మధ్యలోనే చైతన్య అందుకున్నాడు.

అవును, చైతన్య, మేమందరం అమెరికా కి వస్తున్నా. కానీ, రాణి పేరెంట్స్ కొంచెం మహం మాట పడుతున్నారు. మేము రమ్మనమని చెబుతున్నాము, అని అంది పద్మావతి.

లేదు అత్తయ్య గారు, అందరూ రావాల్సిందే. ఏది గారికి ఫోన్ ఇవ్వండి, నేను అడుగుతాను. ఆ సిస్టర్ కి కూడా ఇవ్వండి ఫోన్, అని చెప్పాడు.

వదిన గారు, చైతన్య మాట్లాడుతాడు రండి, అని ఫోన్ నాకు ఇచ్చింది.
హలో పిన్ని గారు, నేను మీ అబ్బాయిని అవునా, కాదా. ముందు ఆ సంగతి చెప్పండి, అన్నాడు, కౌసల్యాతో.

హండ్రెడ్ పర్సంట్, నువ్వు మా అబ్బాయి వే చైతన్య. మాకు లేడని మేము అనుకోవడం లేదు. నీకు ఆ సందేహం ఎందుకు వచ్చింది బాబు, అడిగింది కౌసల్య, చైతన్య చూపిస్తున్న అభిమానానికి పొంగిపోతూ.

మీరు, అమెరికా రాను అని అత్తయ్య గారితో అన్నారుట? అందుకే అలాగా అడిగాను, రండి తప్పకుండా. రండి అందరం కలిసి ఓ రెండు నెలలు గడుపుదాం. అత్తయ్య గారు మీరు మొహమాటం పడొద్దు, రండి తప్పకుండా, అని సుధా కూడా చెప్పింది.

సరేనమ్మా, తప్పకుండా వస్తాము, అంది కౌసల్య. చాలా సంతోషించారు అందరూ. భోజనాలయిపోయాయి. అందరూ గేమ్స్ ఆడుకున్నారు. అలసిపోయారు.

అనురాగ్, నువ్వు టికెట్ల సంగతి చూడు, అన్నది తల్లి.

~~~~~~~~~~~

రాణి, IPS © ఎపిసోడ్ 13

<u>రాణి, అనురాగ్ ల ఉద్యోగ విషయాలు:</u>

నాకు ఆఫీస్ వాళ్లు ఫ్లైట్ టికెట్స్ ఇస్తారు. మీ అందరికీ నేను తీసుకుంటాను టికెట్లు. కానీ, నీ సంగతి ఏమిటి? రేపు ఆఫీసులో కనుక్కొని చెప్పు, వన్ మంత్ లీవ్ అప్లై చెయ్. సరదాగా ఏ ఆఫీస్ గొడవలు మరిచిపోయి ఒక నెల రోజులు అమెరికాలో గడిపేద్దాం, ఈ శుభ సమయంలో. సరేనా రాణి ఓకే, అని రాణి ని అడిగాడు అనురాగ్.

తప్పకుండా నేను, రేపు లీవ్ అప్లై చేస్తాను. డోంట్ వర్రీ అనురాగ్. లెట్ we హేవ్ ఏ డిన్నర్. పదండి భోజనం చేద్దాం, అని రాణి అందరినీ భోజనానికి రెడీ చేసింది. భోజనాల అనంతరం అందరూ రూమ్ లోకి వాళ్ళు వెళ్ళిపోయారు.

ఆఫీసుకు వచ్చిన రాణి కి ఫోన్ వచ్చింది. హలో May I Speak to Mrs. Rani Anurag, అని అడిగారు.

Yes. Speaking, who is on the other side please, అన్నది.

మేడం, నేను భారతీయ విద్యా స్కూల్ ప్రిన్సిపాల్ మాట్లాడుతున్నాను. మీరు ఒకసారి వీలు చూసుకుని, మీ స్కూల్ కి వస్తారా, అని అడిగింది ప్రిన్సిపాల్.

ఎందుకని, ఏమైనా పనుందా లేదా ఫంక్షన్ ఏమైనా ఉన్నదా, అడిగింది రాణి.

స్కూల్ ఫంక్షన్ అంటూ ఏమీ లేదండి కానీ, పేరెంట్స్ డే మీటింగ్ అయింది కదా. అప్పుడు అందులో కొంతమంది మిమ్మల్ని కలవాలని అనుకుంటున్నారు, మీకు వీలుగా ఉంటే, రేపు మా స్కూల్ కి వస్తారా? అడిగింది ప్రిన్సిపాల్.

రేపు నేను పని చూసుకొని సాయంత్రానికల్లా ఫోన్ చేస్తాను, అని చెప్పింది రాణి.

ఓకే. తప్పకుండా రావడానికి ట్రై చేయండి, ప్రిన్సిపాల్ అన్నది.

ఓకే కొండ ట్రై చేస్తాను అన్నది రాణి.

ఫోన్ పెట్టేసిన వెంటనే, కానిస్టేబుల్ వచ్చి ఏదో కేసు గురించి చెప్పాడు. ఆ స్పాట్ కి వెళ్లారు. అక్కడ పదిమంది యువకులు

గొడవ పడుతున్నారు. అందులో ఇద్దరికి గాయాలు అయ్యాయి, రక్తం కారుతోంది.

ఏమైంది? పెట్టుకున్నారా బైక్ రేస్లు. చెప్పండి ఏం జరిగింది? అందర్నీ అడిగింది గట్టిగా.

అవునా మేడమ్, వీళ్ళందరూ బైక్ రేస్ లే పెట్టుకున్నారు. వీళ్ళ ఆరుగురు, బైకుల మీద, మిగతా నలుగురు ఎక్కడ ఉన్నారు. బైకుల మీద వచ్చిన ఆరుగురిలో ఇద్దరికి, బైకు మీద నుండి పడిపోయి తలకి గాయాలు తగిలాయి. అవి అక్కడ చూసిన వాళ్ళు చెప్పారు, రాణి కి.

కానిస్టేబుల్, ముందు అంబులెన్సుకి ఫోన్ చేసి వాళ్ళిద్దర్నీ హాస్పటల్ కి తీసుకుని వెళ్ళండి. మీరందరూ జీప్ ఎక్కండి. మీ అందరి లైసెన్సులు ముందు తీయండి. అని గాయాలు తగిలిన ఇద్దరిని అంబులెన్స్లో ఆస్పత్రికి పంపించింది. మిగతా వాళ్ళ దగ్గర లైసెన్సులు చేసుకుంది. పోలీస్ స్టేషన్ కి తీసుకు వచ్చింది రాణి.

ఏవి, అసలు నాకు ఇవ్వండి, అడిగింది రాణి.

అందరూ లైసెన్సులు చేసి ఇచ్చారు. అందరూ 22ఏళ్ల లోపు వారే. అప్పుడే డిగ్రీ పూర్తి చేశారు అందరు. మొబైల్ ఫోన్స్ కూడా తీసేసుకుంది రాణి.

మేడమ్, మా నాన్నగారు కోటీశ్వరులు. మా ఫాదర్ కి మీరు అరెస్టు చేశారని తెలిస్తే, మీరు ఏ ఊరు నుండి వేరే ఊరికి ట్రాన్స్ ఫర్ అయిపోతుంది. అది గుర్తుంచుకోండి.

~~~~~~~~~

రాణి, IPS © ఎపిసోడ్ -14

రాణి, డి. ఎస్. పి, రియాక్ట్

రాణి, డి. ఎస్. పి, ఈమీడియట్ గా రియాక్ట్ అయి, ఏమిరా, నువ్వు ఇంత ఉన్నావు, ఏమా వాగుడు? నోరు మూసుకో. ఎక్కువ తక్కువ వరకు. ఏమనుకుంటున్నావు నువ్వు? బలిసిన మాటలు మాట్లాడుతున్నావు. యూస్ లెస్ ఫెలో. మా ఇంట్లో. నీకు నాలుగు తగిలిస్తే గాని దారిలోకి రావు. మీ నాన్న మిలియనీర్ అయితే ఏంటి, బిలియనీర్ ఐతే ఏంటి? ఇది పోలీస్ స్టేషన్. నీ ఇష్టం వచ్చిన నాటకాలు నడవవు ఇక్కడ. చెప్పరా మీ నాన్న ఫోన్ నెంబర్ ఎంత? చెప్పు. నేను మీ నాన్న తోని మాట్లాడతా. నీ సంగతి ఏంటో తెలుసా, అన్నది రాణి, డి. ఎస్.పి.

ఎంతలా అబ్బాయి ఫోన్ నెంబర్ చెప్పాడు వాళ్ల నాన్న ది.

వాళ్ల నాన్న కి ఫోన్ చేసింది, రాణి డి. ఎస్.పి.

హలో ఎవరు మాట్లాడుతున్నారు, రాణి డి. ఎస్. పి మాట్లాడుతున్న. నమస్కారమండి. మీ అబ్బాయి మా పోలీస్ స్టేషన్ లో ఉన్న. వాళ్ళ ఫ్రెండ్స్ తో కలిసి, గొడవ లో ఉండి,

యాక్సిడెంట్ చేసి. మా కంట్రోల్ లో ఉన్నాడు ఇప్పుడు. పిచ్చి పిచ్చిగా వాగుతున్నాడు. ఏమనుకుంటున్నావో ఏమో. పేరు చెప్పి పనికిరాని మాటలు మాట్లాడుతున్నాడు. మరి మీరు వస్తారా పోలీస్ స్టేషన్ కి ఎప్పుడు అసలు సంగతి ఏమిటో తేలుద్దాం?

సరే మేడం ఇప్పుడే వస్తున్నా ఒక పది నిమిషాల్లో. నేను వచ్చి మాట్లాడతాను. అచట ఏమి జరిగిందో నేను కనుక్కుంటాను. తరవాత, మీతో మాట్లాడతాను, అన్నాడు అబ్బాయి తండ్రి.

ఆ అబ్బాయి తండ్రి వచ్చాడు పోలీస్ స్టేషన్ కి పదినిమిషాల తర్వాత బెంజ్ కారులో.

రాణి డిఎస్పీ గారు ఉన్నారా? కలవాలి, అని బయట సెంట్రి. నీ అడిగాడు.

లోపల ఉన్నారండి. కొద్దిసేపు ఆగండి. ఇక్కడ కూర్చోండి. మేము చెపుతాము. మీరు ఎవరు? దేని గురించి వచ్చారు?

ఇంతలో అబ్బాయి తండ్రి ఫలానా ఫలానా వాళ్ళ గురించి వచ్చాము. మా అబ్బాయి కాడ ఉన్నాడు. దాని గురించి రాణి

గారు రమ్మన్నారు. అందుకనే వచ్చాను. కలిసి మాట్లాడడానికి. ఏం సంగతి ఓ కనుక్కుందామని.

మేము చెపుతాము కూర్చోండి అన్నాడు సెంట్రి.

కాంస్టేబుల్, లోపలికి వెళ్లి, డీఎస్పీ రాణి మేడమ్ కి చెప్పారు ఫలానా వాళ్లు వచ్చారని. సరే రమ్మను, అన్నది రాణి డి.ఎస్.పి.

ఈ అబ్బాయి మీ అబ్బాయే నా? కనుక్కోండి మీ అబ్బాయి ఏ చెత్త మాట్లాడాడు.

ఏరా ఏం మాట్లాడావు అన్నాడు తండ్రి వాళ్ళ అబ్బాయి నీ. చెప్పాడు అసలు సంగతి. ఇంతలో వాళ్ళ తండ్రి లెఫ్ట్ అండ్ రైట్ తీసుకున్నాడు వాళ్ళ అబ్బాయి. నోరు మూసుకో మన్నాడు. నువ్వు చేసిన చెత్త పనికి ఇంకా ఇదొకటి. మంచిగా చదువుకో అంటే ఏంటిది రా.

అబ్బాయిని సారీ చెప్పమని తండ్రి చెప్పగా, డీఎస్పీ రాణికి అబ్బాయి, సారీ మేడం, నేను ఏదో మాట్లాడేసాను. ఇంకొకసారి మాట్లాడను. నన్ను క్షమించండి. అని రిక్వెస్ట్ చేసాడు అబ్బాయి.

అప్పుడు డిఎస్పి రాణి, ఒక సీరియస్ వార్నింగ్ అబ్బాయికి ఇచ్చి, తండ్రికి కూడా గట్టిగా చెప్పి, ఇంకొకసారి ఇలాంటి

గొడవలలో గాని, బైకు రేసు గాని, కోట్లాటలో గాని, బేకార్ గల తో గాని తిరిగితే, మా దృష్టికి వస్తే, మీ అబ్బాయి మీద కేసులు పెట్టి, జైలుకు పంపిస్తా, అని సీరియస్ గా చెప్పింది. తండ్రితో, ఒక assurance లెటర్ అండర్ టేకింగ్ తీసుకొని, బైటికి పంపించేసింది బైటికి పంపించేసింది.

మిగిలిన వాళ్ళని కూడా, వాళ్ళ పేరెంట్స్ ని పిలిపించి సీరియస్ వార్నింగ్ లు ఇచ్చి, వాళ్ల వాళ్ల అండర్ టేకింగ్ తీసుకుని, పేరెంట్స్ కి కూడా సీరియస్ గా చెప్పి, వాళ్ల వాళ్ల డ్రైవింగ్ లైసెన్స్ ఇచ్చి, ఫోన్ నెంబర్లు తీసుకొని, అడ్రస్ లు తీసుకుని, పెళ్లి పొమ్మంది. దెబ్బ తగిలిన వాళ్ళకి ట్రీట్మెంట్ హాస్పటల్లో చేయించి, వాళ్ళని కూడా మందలించి, ఏ కేసులు లేకుండా, ఒక్కసారి వదిలివేసింది, వాళ్ల తల్లిదండ్రులకు కూడా చెప్పి. ఎందుకంటే, ఎవరికీ గానీ, బయటవాళ్ళకి గాని ఎటువంటి నష్టము, గాయాలు తగలలేదు కాబట్టి. అది కూడా, అందరూ చిన్న వయసు వాళ్ళు కాబట్టి, ఉద్యోగానికి ఇబ్బంది అవుతుంది కాబట్టి కేసులుంటే, అనే ఉద్దేశంతో, ఈ యూత్, పిల్లల, భవిష్యత్తు పాడైపోకుండా ఉండాలనే ఉద్దేశంతో, డీఎస్పీ రాణి, ఈ డిసిషన్ తీసుకొని, అందరికీ మరొకసారి వార్నింగ్ లు ఇచ్చి, కేసులు లేకుండా వదిలేసింది.

~~~~~~~~~~~
~~~~~~~~~~~

రాణి, IPS © 15 ఎపిసోడ్

ఆఫీసులో అనురాగ్ కాన్ఫరెన్స్ స్పీచ్:

అనురాగ్ ఆఫీసులో రెండు రోజుల సెమినార్ కం కాన్ఫరెన్సి జరిగింది. అందులో అనురాగ్, ఒక హెడ్ ఆఫ్ ది డిపార్ట్మెంట్గా ఐ టి ఈ ఎస్ మరియు ఇన్ఫర్మేషన్ టెక్నాలజీ ఫీల్డ్ బిజినెస్ డెవలప్మెంట్ కోసం ప్రసంగించాడు. చాలామంది ఈ సెమినార్, బిజినెస్ కాన్ఫరెన్స్ లో, వివిధ సాఫ్ట్వేర్ డెవలప్మెంట్ కంపెనీల నుండి చాలామంది అఫీషియల్ కానీ రిప్రజెంటేటివ్స్ వచ్చే పాల్గొన్నారు. అనురాగ్ ఈ క్రింది విధంగా ప్రసంగించారు. అందరి కంపెనీ ప్రతినిధుల సెమినార్ లో అందరూ అనురాగ్ స్పీచ్ నీ చాలా మెచ్చుకున్నారు. చాలా క్లుప్తంగా అందరికీ అర్ధం అయ్యేటట్లు చెప్పాడు, మరియు అందరికీ అర్ధాలు అయ్యేటట్టు ప్రసంగించాడు.

చిన్న యూత్ అందరూ సోషల్ మీడియాను జయించారు.

ప్రతి నిమిషం, సాంకేతిక వేగంగా పోటీలతో ప్రపంచంలో బిజినెస్ అంతా మారుతూ ఉంటుంది. ప్రతి వ్యాపార వ్యవస్థాపకుడు, ఇతర పోటీదారులు పైగా ఒక అంచు కోరుకుంటారు. ప్రతి వ్యాపారవేత్త వారి ముగింపు ఉత్పత్తులు, అమ్మకాలు సాగిస్తారు త్వరగా అధికారి లేదా కోట్ల అధికారి అవాలని అనుకుంటుంటారు. అది కూడా రిజర్వ్ బ్యాంక్ ఫారిన్ ఎక్సేంజ్ అండ్ రెగ్యులేషన్ యాక్ట్

మరియు ఫారిన్ ఎక్స్చేంజ్ మేనేజ్మెంట్ యాక్ట్ మంత్రి త్ర మార్గదర్శకాలను ఉల్లంఘించిన ద్వారా రాజ్యాంగ పని వ్యవస్థలు చట్టాలు, నియమాలు, నిబంధనలు, తప్పించుకుంటూ ఒక బిలియనీర్ లాగా మారాలని కోరుకుంటారు.

నేను, ఒక విషయం జీవితం గురించి చెబుతాను వినండి, అన్నాడు అనురాగ్.

కాలం గడిచిపోతూనే ఉంటుంది. క్యాలెండర్ లో పేజీలు మారిపోతుంటాయి. రోజులు... సంవత్సరాలుగా మారిపోతాయి. ఒక గమ్యం ఉండదు, ఒక సంతోషం ఉండదు, మనసులోని భావాలు మనసులోనే సమాధి అయిపోతాయి. ఏమీ లేకుండానే, పెద్ద వాళ్ళం అయిపోతాం. ముసలి వాళ్ళం అయిపోతాం. ఒకరోజు పోతాము. మరి జీవితంలో ఏం సాధించాం? మన జీవిత పుస్తకంలో, మనకంటూ నాలుగు పేజీలైనా ఉన్నాయాఉన్నాయ? ఆ నాలుగు పేజీల లో మనల్ని మన సంతోషం గా ఉంచుకొన్న క్షణాలు ఏమైనా ఉన్నాయా? చూసుకుంటే బాధ వేస్తుంది. అని అనురాగ్ చెప్పాడు ఎమోషనల్ గా.

వినియోగదారులకు మరియు ప్రజా పరిశ్రమ కోసం మరియు ప్రజల పరిశీలన కొరకు వెళ్లడం ఈ పోటీ రోజుల్లో అత్యవసరం మరియు అవసరమైన వాటిని విశ్లేషిస్తున్నారు. అలాగే. మార్కెటింగ్, ప్రకటనలు, ఎత్తులు, వ్యూహాలు ఇక్కడ ఉన్నాయి.

Linkedin, ఫేస్బుక్, వైఫై మరియు ఇంటర్నెట్ వంటి తాజా టూల్స్ మరియు వెబ్సైట్లలో శీఘ్ర ప్రకటనలు ఇవ్వడం అయితే, ఒక భాగం ఉంది. దీని ద్వారా సందేశాలను, సమాచార ప్రకటనలు, సారాంశం లేదా వేదికలను లేదా ఒకరి వ్యక్తిగత వ్యాపార లేదా మార్కెటింగ్ ఏ వి యొక్క కంటెంట్లను ప్రపంచ ప్రజలు వేగమైన సమయం మరియు అచల ఎటువంటి వ్యయం వద్ద చేరగలిగింది. కానీ, అయితే, ఇలాంటి విషయాలు, ప్రపంచం లోని అన్ని మారుమూల దేశాలకు చేరుకుంటాయి. అవి కూడా, న్యూస్ పేపర్స్, టీవీ చానల్స్, హోల్డర్స్, సైన్ బోర్డులు, కరపత్రాలు, లేదా ప్రకటనల ద్వారా మరియు అన్ని ప్రపంచ దేశాల ప్రజలు, సంస్థలు, కంపెనీలు చేరుకోవటానికి, వ్యక్తిగత, వ్యాపార మరియు మార్కెటింగ్ రంగాలలో, సామాజిక, మీడియా వినియోగం పెరగడం, అధిక వైపు పరిగణించ బడ్డాయి. ఇది నిరంతరం మరియు ఎల్లప్పుడూ గమనించబడింది. దీనిలో ఏ సందేహమూ లేదు.

ప్రస్తుతం యువతీ యువకులు ఈ సోషల్ మీడియా చానల్స్ ఉపయోగించకుండా ఏ ఒక్క రోజు ఉండలేరు. ఇది పరిజ్ఞానాల తో ముడిపడిన విషయం. ప్రతి విషయానికి ఇన్ఫర్మేషన్ టెక్నాలజీ ఎనేబుల్డ్ సర్వీసెస్ లేదా ఇన్ఫర్మేషన్ టెక్నాలజీ సాంకేతిక రంగాలను ఉపయోగించు కోవడం, రోజువారి పని అయింది.

మన భారతదేశం ఈ పరిజ్ఞానం లో, ఒక అవకాశాల భూమి:

యువతరానికి మరియు ప్రేక్షకులకి ప్రస్తుత రోజులలో వేగమైన కమ్యూనికేషన్, పట్టుదల, శీఘ్ర లాభం మరియు ధన బ్రమణి వారి వ్యాపార మరియు వ్యక్తిగత లబ్ధి పొందేందుకు చూస్తారు. ఈ రోజులలో, అన్నింటిలోనూ, భారతదేశం చాలా డెవలప్ అయింది. అవి కూడా, రీసెర్చ్ మరియు డెవలప్మెంట్, ఫార్మసీ రంగంలో, అగ్రికల్చర్ సాధనలో, సాఫ్ట్వేర్ డెవలప్మెంట్ లో, సైన్స్ అండ్ టెక్నాలజీ లో, క్రీడలు మరియు సాంస్కృతిక విషయాలలో, మరియు సిని పరిశ్రమలలో, మధ్యపాన ఇండస్ట్రీలో, స్టీల్ ఇండస్ట్రీలో, ప్రింటింగ్ టెక్నాలజీ లో, ప్లాస్టిక్ పరిశ్రమల రంగాలలో, గార్మెంట్ రంగంలో, మరియు అన్ని రంగాలలో, అన్ని ఫీల్డ్ లలో, ఇన్ఫర్మేషన్ టెక్నాలజీ ఎనేబుల్డ్ సర్వీసెస్ మరియు ఇన్ఫర్మేషన్ టెక్నాలజీ సర్వీసెస్ లేనిదే ఎదగడం లేదు.

మరియు, సాంకేతిక లతో మన పరిజ్ఞానం మరియు ఇన్ఫర్మేషన్ టెక్నాలజీ సర్వీసెస్, రోలింగ్ అవుట్ అవుతోంది. ఇంకను, లెదర్ పరిశ్రమ, టీవీ, ప్రెస్, మీడియా, ప్రింట్, గ్రీన్ పరిశ్రమ, ఆహార పరిశ్రమ, కలప పరిశ్రమ, పరుపులు, ఫర్నిచర్, గ్లాస్ మరియు మట్టి పాత్రల సముదాయం ఇండస్ట్రీ, సౌందర్య మరియు పరిమళ ఇండస్ట్రీ, బిల్డింగ్ మెటీరియల్ ఇండస్ట్రీ, అన్నింటిలోనూ ఇన్ఫర్మేషన్ టెక్నాలజీ మరియు ఇన్ఫర్మేషన్ టెక్నాలజీ ఎనేబుల్డ్ సర్వీసెస్ లేనిదే బిజినెస్ కానేకాదు.

సోషల్ మీడియా మరియు ఇన్ఫర్మేషన్ టెక్నాలజీ సర్వీసెస్ అందరి ప్రజల గురించి చాలా ఉపయోగపడుతాయి.
వ్యాపారాభివృద్ధి రోజురోజుకు జరుగుతున్నది. ప్రతి సెకండ్ ఏదో ఒక డెవలప్మెంట్, ఏదో ఒక అద్భుతం జరుగుతుంది. ప్రతిరోజు అనేక మంది వ్యక్తులు మాత్రం ప్రచారం కోసం తమ

దైనందిన జీవితం లో ఈ తాజా సాంకేతిక ఉపకరణాలను ఉపయోగిస్తారు. వీటిలో ఉన్నవి, ఇప్పటి టూల్ టెక్నాలజీ, ప్రజలు బిలియన్ల బిజినెస్ టర్నోవర్ చేస్తున్నారు. బిజినెస్ అభివృద్ధి చేసు కుంటూ ఉన్నారు. లాభాలు గడిస్తున్నారు. బాగా డబ్బులు సంపాదిస్తున్నారు. బాగా ఆనందంగా జీవిస్తున్నారు.
ఈ విధంగా, అనురాగ్ కొంచెం పర్సనల్ ఫీలింగ్ మాట్లాడాడు.

మనిషి ఒకసారి పోగొట్టుకుంటే, తిరిగి పొందలేని విషయాలు 3. అవి నోటి నుంచి వచ్చిన మాట చేజార్చుకున్న అవకాశం, కరిగిపోయిన కాలం. వ్యక్తి పురోగమనానికి అడ్డు వచ్చేది ఏంటో తెలుసా? సామర్థ్యం, స్తోమత లేకపోవడం కాదు. "ఇక నాకు ఏ అవకాశం రాదు. వేరే దారి లేదు. నా బతుకు ఇంతే!"
అనే నిర్ణయానికి రావడమే!

ఆటలలో నైనా గెలుపొందాలంటే, కేవలం శారీరక ధారుఢ్యం ఉంటే సరిపోదు. పరుగు పందెంలో పాల్గొనే క్రీడాకారుడు పరిగెత్తుతున్నప్పుడు, నేను ఓడిపోతాను ఏమో అని ఒక క్షణం భావించిన అతనిక పరిగెత్తలేడు. అందుకే పోటీ పడుతున్నప్పుడు, తర్ఫీదు పొందుతున్నప్పుడు కూడా ఆ క్రీడ కారుడు తనపై అచంచలమైన విశ్వాసాన్ని, నమ్మకాన్ని, ఏర్పర్చుకోవాలి. గెలుపే లక్ష్యంగా ముందుకు సాగాలి. ఇది జీవితమనే ఆట కు కూడా అక్షరాల వర్తిస్తుంది. గతమంతా గడిచిపోయిన కాలం. భవిష్యత్తు అంతుచిక్కని శేష ప్రశ్న. వర్తమానం దేవుడిచ్చిన వరం. దీనిని సద్వినియోగం చేసుకోవాలి. సంపద, కీర్తి, అధికారం, ఇవన్నీ కొంతవరకు సంతృప్తినిస్తాయి. వీటన్నింటికీ మించి ఇంకా ఏదో కావాలని మనసు ఏదో ఒక క్షణంలో తహతహలాడులోంది. లౌకికమైన కోరికలు నెరవేర్చుకోవడం జీవితం కాదు. మన అంతరంగంలో ఏదో దశలో మధనం మొదలవుతుంది. అన్నీ ఉన్నాయి. కానీ, మానసిక పరితృప్తి లేదు.

కొన్ని సందర్భాల్లో " నువ్వు కావాలి అనుకున్నప్పుడు ఏది రాదు. నీకు కావాలి అని రాసి పెట్టింది, ఏది ఆగదు". " రాలేదు అని క్రుంగిపోకు, వచ్చిందని పొంగి పోకు".

" రాకపోకలు అన్ని నీ కర్మ లో భాగమే గాని, శాశ్వతం కాదు, నీ పుట్టుక తో సహా.

ఇది అనురాగ్ ఇచ్చిన మొదటిరోజు ప్రసంగం. సెమినార్ మరియు కాన్ఫరెన్స్ మొదటిరోజు చాలా బాగా ఇంటరెస్టింగ్ గా అందరూ విన్నారు.

కొద్దిమంది పారిశ్రామికవేత్తలు, కంపెనీ రిప్రజెంటేటివ్ లు, కూడా ప్రసంగించారు. అంతా బాగా నడిచింది. అందరూ హ్యాపీగా ఫీలయ్యారు. ఈ కాన్ఫరెన్స్ కం సెమినార్ సక్సెస్ ఫుల్ గా నడిచింది. మొదటి రోజు అందరూ హ్యాపీ.

———————

రాణి, IPS © ఎపిసోడ్ - 16,

ఆఫీస్ కాన్ఫరెన్స్ రెండవ రోజు:

అనురాగ్ రెండవ రోజు ఈ క్రింది విధంగా సెమినార్ లో ప్రసంగించాడు. చాలా మంది పార్టిసిపెంట్స్, ఉత్సాహంగా పాల్గొని అందరూ చాలా ఇంటరెస్టింగ్ గా ఉన్నారు. అందరూ చప్పట్లతో, అనురాగ్ ని అభినందించారు.

అనురాగ్ కాన్ఫరెన్స్ స్పీచ్ కంటిన్యూ చేశాడు.

మతం మరియు జాతీయ సమగ్రత కోసం యూత్ - నేటి యువత, రేపటి నాయకులు:

నేటి యువత అన్ని టెక్నాలజీలను తెలుసుకుంటున్నారు. ఆచరిస్తున్నారు. ప్రస్తుత యువత బ్రాడ్ మైండెడ్ గా ఉన్నారు. ప్రస్తుత యువత, మతం, కులం అని అనుకోకుండా, ప్రజల సామాజిక శ్రేయస్సు కొరకు పనిచేస్తూ, మతసామరస్యాన్ని ప్రోత్సహించడంలో కీలక పాత్రను పోషిస్తున్నారు. ప్రస్తుత యువత. శాంతి, సామరస్యం, నిర్వహించడంలో ముందున్నారు. ఇప్పటి యువత, రేపటి భవిష్యత్తు నాయకులు.

ఇంజనీరింగ్, మెడికల్, ఫార్మసీ, బయోటెక్నాలజీ, ఆటోమొబైల్, ఆర్ అండ్ డి, నిర్వహణ మరియు అధ్యయనం యొక్క అన్ని

రంగాల్లో, యువత, విద్య, కులం, మతము వంటి సమస్యలతో అనవసర జోక్యం చేసుకోకుండా, శాంతి మతసామరస్యాన్ని నిలబెట్టడానికి పనిచేస్తూ ప్రొఫెషనల్ అవగాహనకు ప్రజలతో మమ్మైక్యం అవుతూ ముందుకు సాగుతున్నారు.

ఇంతకు ముందు చెప్పినట్లుగా, ప్రస్తుత యువత టెక్నాలజీని తెలుసుకుంటూ, శాంతి, ప్రేమ మరియు మతసామరస్యాన్ని ఫేస్బుక్ ద్వారా, లింక్డ్ఇన్ ద్వారా, ట్విట్టర్ ద్వారా, వాట్సఅప్ ద్వారా, లేక బ్లాగులు వంటి సోషల్ మీడియా టూల్స్ ద్వారా ప్రపంచాన్ని కి తెలియజేయడానికి చాలా ఉపయోగ పడుతున్నాయి.

ఉదాహరణకు, 2012 డిసెంబర్, ఢిల్లీ గ్యాంగ్ రేప్ కేసు ద్వారా, సోషల్ మీడియా ద్వారా భారతదేశపు ప్రజలు ఉలిక్కిపడ్డారు. దీని ద్వారా, ప్రదేశం ఒక ఆక్ట్ని తీసుకు వచ్చింది. ఇదే నిర్భయ ఫండ్. ఈ కేసు కారణంగా ప్రారంభించారు. కాబట్టి చెప్పబడిన టూల్స్ సామాజిక సామరస్యాన్ని గురించి తీసుకురావడంలో ఒక ముఖ్యమైన పాత్ర పోషిస్తున్నాయి.

ఫైన్ ఆర్ట్స్ సోదర మరియు శాంతి సందేశ వ్యాప్తికి ఒక ముఖ్యమైన పాత్ర పోషిస్తున్నాయి. అలాగే యువ రచయితలు, రచయిత్రులు,

కవులు మరియు కళాకారులు భారత రాజ్యాంగంలో లౌకికవాదం గురించి భారతదేశం ప్రజలు జ్ఞానాన్ని కలిసివస్తాయి.

ప్రభుత్వం, దేశం యొక్క భవిష్యత్తు కోసం, భిన్నత్వంలో ఏకత్వం తీసుకు రావాలనే యువత పని చేయాల్సి ఉంటుంది.
అనురాగ్ ఇలా ప్రసంగించారు. కొన్ని కొటేషన్స్ కూడా చెప్పాడు. అవేంటంటే, ఈ విధంగా ఉన్నాయి.
షేక్స్పియర్ అన్న మాట గుర్తు చేశారు:
ఇతరుల భావాలతో ఆట లాడకు. అలా చేయడం వలన నువ్వు ఆడిన ఆటలలో గెలవడం కావచ్చు ఒక మంచి వ్యక్తిని నువ్వు జీవితంలో కోల్పోతున్నారు.
నెపోలియన్ ఈ విధంగా అన్నాడు, అని గుర్తు చేశాడు అనురాగ్:
ఈ ప్రపంచం చాలా ఇబ్బందులను ఎదుర్కొంటుంది. దానికి గల కారణం అశాంతిని రగిలించే చెడ్డ వ్యక్తులు కాదు, వ్యక్తుల మౌనం.

ఐన్స్టీన్ ఈ విధంగా ఒక సందర్భంలో అన్నాడు. అని అనురాగ్ గుర్తుచేశాడు:

"నేను వారిపట్ల చాలా కృతజ్ఞుడనై ఉన్నాను. ఎవరైతే నన్ను నిరాకరించారు... వారి వల్లనే నేను నా అంతట నేనుగా ఎదిగాను,"
అబ్రహం లింకన్ ఈ విధంగా ఒక విషయంలో అన్నాడు, అని అనురాగ్ గుర్తు చేశాడు:

" నీలో ఊహ గుణం అన్నది నీ బలహీనత అయితే, ప్రపంచంలో నువ్వు అందరికన్నా బలమైన వాడినని దాని అర్థం.:
చార్లీ చాప్లిన్ ఈ విధంగా ఒకసారి తన ప్రసంగంలో ఏమన్నాడు అంటే:

" నవ్వుతూ తమ జీవితాన్ని కొనసాగిస్తున్న వారి జీవితాల్లో బాధలు ఉండవు అని అనుకోవద్దు. వారి వద్ద వాటిని ఎదుర్కొని నిలబడే తనం వలనే ఆ విధంగా తారసపడతారు".

విలియం ఆర్థోర్, ఒక సందర్భంలో ఈ విధంగా అన్నాడు అని చెప్పారు.:

" అవకాశాలు సూర్యకిరణాలు వంటివి. అందుకే వాటిని వీలైనంత త్వరగా దొరకబుచ్చుకుని ఉండడానికి ప్రయత్నించాలి. ఆలస్యం చేస్తే వాటిని కోల్పోక తప్పదు"

హిట్లర్ ఒక సందర్భంలో ఇలా అన్నాడు.

" నువ్వు వెలుగులో ఉన్నంతకాలం నిన్ను అందరూ అనుసరిస్తారు. అదే నువ్వు చీకట్లో ఉంటే నీ నీడ కూడా నీతో రాదు".

స్వామి వివేకానంద ఒక విషయంలో ఇలా అన్నాడు అని అనురాగ్ చెప్పాడు:

" నిశ్శబ్దంగా ఉండు, ఎందుకంటే నాణెము ధ్వని చేసినంతగా నోట్లు చేయవు, విలువ కలిగినవి అలానే ఉంటాయి".
ఈ విధంగా, అనురాగ్ తన ప్రతిభ శైలితో మాట్లాడుతూ అందరి హృదయాలను, మనసులను, దోచుకున్నాడు.
రెండు రోజుల సెమినార్ మరియు కాన్ఫరెన్స్, సక్సెస్ఫుల్గా జరిగింది.

అనురాగ్ ప్రమోషన్:

కొద్దిరోజుల తర్వాత, అనురాగ్ కి ప్రమోషన్ వచ్చింది. అది కూడా regional head కింద. జీతం చాలా పెరిగింది. ఫైనాన్షియల్ పవర్స్, ఫెసిలిటీస్ చాలా పెరిగాయి. కంపెనీ కారు, ఎంటర్టైన్మెంట్ ఫెసిలిటీ, ఇంకా రిక్రూట్మెంట్ పవర్స్, ఫారిన్ టూర్ కూడా సొంతంగా ప్లాన్ చేసుకుని పోవచ్చు.

ఒకరోజు, అమెరికా వెళ్ళమని, అది కూడా బిజినెస్ ప్రమోషన్ గురించి, ట్రాన్స్ఫర్ ఆఫ్ టెక్నాలజీ గురించి, మెమోరాండం ఆఫ్ అండర్స్టాండింగ్ గురించి, అగ్రిమెంట్ చేయడానికి, ఆర్డర్ వచ్చింది తన చైర్మన్ దగ్గర నుండి. అది కూడా ఒక నెల గురించి అమెరికా వెళ్లి రావాల్సి వస్తుంది.

అంతే. ఈ సంగతి రాణి కి చెప్పాడు అనురాగ్, సంతోషంతో. ఫ్యామిలీ మెంబర్స్ కూడా చెప్పాడు. అందరూ ఆనంద పడ్డారు. అందరూ కంగ్రాజులేషన్స్ చెప్పారు. చెప్పలేని సంతోషం అందరిలోనూ బాగా కనపడింది.

కానీ, రాణి నీ కూడా వెంట తీసుకు వెళ్ళమంటే కుదరలేదు. ఎందుకంటే, రాణి ప్రెగ్నెంట్. ఈ సమయంలో ఎయిర్ ట్రావెల్స్ చేసి, అలసిపోయి, ఏమైనా జరిగితే, ప్రాబ్లం అని, అందుకే రాణిని అనురాగ్ తో వెళ్లడానికి పేరెంట్స్ ఒప్పుకోలేదు.

అనుకున్నట్లుగా, అనురాగ్ అమెరికా వెళ్లాడు అర్జంట్ ఆఫీసు పని మీద.

రాణి పేరెంట్స్ వచ్చి ఒక నెల రాణి దగ్గర ఉన్నారు. రాణి అత్తగారు, మావగారు, ప్రతి మూడు రోజులకు రాణి తోనూ, రాణి అమ్మానాన్నలతో ను, ఫోన్ లో మాట్లాడుతున్నారు. ఇలా రోజులు గడుస్తున్నాయి.

~~~~~~~~~
~~~~~~~~~

రాణి, IPS © ఎపిసోడ్ - 17

రాణి కి ప్రమోషన్:

రాణి కి, వాళ్ల పోలీస్ హెడ్క్వార్టర్స్ నుంచి పిలుపు వచ్చింది. ఒకసారి ఢిల్లీ హెడ్ ఆఫీస్ కి ఫోన్ చేయమని. రాణి ఫోన్ చేసింది. సర్ ప్రైజ్ న్యూస్. రాణి గారు ప్రమోషన్ ఆర్డర్ రిలీజ్ అయింది. నీకు స్పెషల్ ఆఫీసర్, (ఆఫీసర్ ఆన్ స్పెషల్ డ్యూటీ), గా ప్రమోట్ చేసి, సెంట్రల్ బ్యూరో ఆఫ్ ఇన్వెస్టిగేషన్, (సి.బి. ఐ), కి ట్రాన్స్ ఫర్ చేసారు. అది కూడా, ఇక్కడే కొన్ని కేసులు డీల్ చేయమని ఆర్డర్ ఇచ్చారు. అన్ని కాన్ఫిడెన్షియల్గా ఉంచారు. మీరు ఒకసారి పోలీస్ హెడ్ క్వార్టర్స్ కి వచ్చి, ఆర్డర్లు తీసుకుని, సి.బి.ఐ హెడ్ క్వార్టర్స్ లో రిపోర్టు అర్జంటుగా చేయండి, అని మెసేజ్ వచ్చింది.

ఇంకేముంది, రాణి, డి. ఎస్. పి, అర్జంటుగా రోజున, అదే నిమిషంలో, పోలీస్ హెడ్ క్వార్టర్స్ కి వెళ్ళింది. తన పోలీస్ బాస్ తో కలిసి మాట్లాడి, ట్రాన్స్ఫర్ ఆర్డర్స్ తీసుకుంది. అందరికీ, ఇప్పటిదాకా, తనకు సహకరించిన వారందరికీ, కృతజ్ఞతలు చెప్పింది.

ప్రమోషనల్ మరియు ట్రాన్స్ఫర్ ఆర్డర్స్ తీసుకుని, సి.బి. ఐ కి వెళ్లి రిపోర్టు చేసింది, రాణి.

ఇన్స్పెక్టర్ జనరల్, సి.బి. ఐ, తో మాట్లాడే అనేక విషయాలు డిస్కస్ చేసింది. కొన్ని ఫైళ్లు, సంబంధించిన ఫైల్ లు, పంచారు, పకడ్బందీగా డీల్ చేయమని. రాణికి కొంతమంది, స్పెషల్ గ్రూప్ ఆఫ్ ఆఫీసర్స్ ని, commandos ని, పోలీసులని, అలాట్ చేశారు. స్పెషల్ గా డెలిగేషన్ ఆఫ్ పవర్స్ ఇచ్చారు. అంతా చకచకా జరిగిపోయాయి.

రాణి, ఆరోజు ఇంటికి హ్యాపీ గా వచ్చింది. ప్రమోషన్ వచ్చిన సంగతి మాత్రమే అనురాగ్ కి చెప్పింది. వేరే విషయాలు ఏమీ చెప్పలేదు. ఎందుకంటే, పోలీస్ డిపార్టుమెంటులో, అఫీషియల్ సీక్రెట్ ఆక్ట్ ఉంటుంది. ఏ విషయం కానీ, అన్ని విషయాలు గానీ, కొన్ని విషయాలు గానీ, ఎవరితోనూ కానీ, ఫ్యామిలీ మెంబర్స్ తో కానీ, సొంత వాళ్ళతో కానీ, ఎటువంటి పరిస్థితులలో చెప్పకూడదు. అన్ని విషయాలు చాలా కాన్ఫిడెన్షియల్లా, సీక్రెట్ గా, మరియు గోప్యంగా ఉంచాలి.

ప్రతి చిన్న కేసు కానీ, పెద్ద కేసు గాని, ఎటువంటి వాడయిన, ఎంత పెద్ద నాయకుడైన, పవార్ ఫుల్ మనిషి అయిన, అన్ని జాగ్రత్తలు వహించాలి. కేసుని చాలా బాగా హ్యాండిల్ చేయాల్సి వస్తుంది. అందుకే ప్రతి కేసులో చాలా జాగ్రత్త వహించాలి.

మరునాడు., రాణి డి ఐ జి, సి.బి. ఐ, హోదాలో సీబీఐ హెడ్ క్వార్టర్స్ కి వెళ్ళింది. అందరి ఆఫీసర్ ని కలిసింది. ఇన్స్పెక్టర్ జనరల్, సి.బి. ఐ, నీ కలిసింది. వివరంగా మాట్లాడింది. అన్ని విషయాలు చర్చించుకుని. కేసు ఫైల్ హ్యాండ్ ఓవర్ చేశారు. రాణి కి కావలసిన ఫైల్స్ అన్నీ ఇచ్చారు, హ్యాండిల్ చేయమని. రాణి, అన్ని ఫైల్స్ తీసుకుని, కొన్ని కేసులు స్టడీ చేస్తూ, ఒక వారం రోజులు, సి.బి. ఐ హెడ్ క్వార్టర్లో, రోజు ప్రొద్దున వెళ్లి, సాయంత్రం దాకా స్టడీ చేసింది. అన్ని ఫైల్స్ ని ఆఫీస్ లోని స్పెషల్ లాకర్స్ లో ఉంచింది., అవి ఎవరికీ తెలియకుండా, చాలా సీక్రెట్ గా ఫైల్స్ హ్యాండిల్ చేయడానికి నిశ్చయించుకుంది, రాణి, డి ఐ జి., సి బి ఐ గారు.

కొన్ని ఫైల్స్, రాణి గారు, స్టడీ చేసిన తర్వాత, దానిలో ఒక ఫైల్ ని చూస్ చేసుకుంది. తనకి అలాట్ చేసిన స్పెషల్ స్క్వాడ్ ఆఫ్ టాప్ రెస్పాన్సిబుల్ ఆఫీసర్ అండ్ commandos ని, కొంతమందిని సెలక్ట్ చేస్కుంది.

ఒకరోజు, స్పెషల్ స్క్వాడ్ ను పిలిచి, మీటింగ్ పెట్టి, గురించి, అన్ని విషయాలు మాట్లాడింది. ఎవరి డ్యూటీ వాళ్ళు చేయాలి. ఎవరి స్పెషల్ ఇన్వెస్టిగేషన్ రిపోర్ట్స్ వాళ్లు టైం లోపల తనకు సబ్మిట్ చేయాలి, అని అన్నది రాణి, డి ఐ జి, సి.బి.ఐ.

కేసు పూర్వపరాలు ఇలాగ ఉంది. ఈ కేసు విషయం ఎవరికీ చెప్పకూడదు అని, కేసులని హ్యాండిల్ చేసే విధానం కూడా ఎవరికి కూడదని, డిస్కస్ కూడా చేయకూడదని, వాగ్దానం, ప్రామిస్ ఆఫ్ ఆఫీషియల్ secrecy, assurances. స్క్వాడ్ మెంబెర్స్ తో, తీసుకుంది. అందరికీ, అన్ని విషయాలు, స్ట్రిక్ట్ గా ఉండాలని కూడా, చాలా మొత్తంగా, మరియు క్లుప్తంగా వివరించింది, రాణి గారు, డి ఐ జి.

~~~~~~~~
~~~~~~~~

రాణి, IPS © ఎపిసోడ్ 18

<u>రాణి, డి ఐ జి, (సి.బి. ఐ), మీటింగులో తన స్క్వాడ్ కి చెప్పిన విషయాలు:</u>

గుడ్ మార్నింగ్ టూ ఎవిరి బడి. నేను కొన్ని విషయాలు మీకు చెప్పాలనిపించింది. అందుకే, ఇవాళ మిమ్మల్నందర్నీ పిలిచి ఈ మీటింగ్ పెట్టాను. చెప్పే విషయాలు, మంచి జరగకపోయినా, నష్టం మటుకు జరగదు. నేను, నా మైండ్ సెట్ ని మీకు కొంచెం బ్రీఫ్ చేయాలని అనుకున్నాను. కాబట్టి నేను చెప్పిన విషయాలు మీరందరూ గమనించగలరని కోరుతున్నాను.

అసలు, మనిషి జీవితంలో, చాలా ప్రాబ్లమ్స్ వస్తుంటాయి. అలాంటి సమయంలో, ఆ ప్రాబ్లమ్స్ ని, ఒకటి తరవాత ఒకటి solve చేసుకుంటూ చేసుకుంటూ పోవాలి. ప్రతిరోజు, ఏదో ఒక ప్రాబ్లం వస్తుంది. ప్రాబ్లమ్స్ లేకుండా, ఏ రోజు గడవదు. ప్రాబ్లమ్స్ ప్రతి వారి జీవితంలో కచ్చితంగా ఉంటాయి. అలాంటప్పుడు, ప్రాబ్లమ్స్ వస్తే, ఎవరికి వారు వాళ్ల ప్రాబ్లమ్స్ ని తమంతట తామే సాల్వ్ చేసుకోవాలి. ఇలాంటప్పుడు, కొన్ని ప్రాబ్లమ్స్ ని, వారి వారి ఫ్యామిలీ మెంబర్స్ solve చేయగలుగుతారు. ఈ విధంగా మనిషి జీవిత బండి ముందుకు మెల్లి మెల్లి గా సాగుతూ ఉంటుంది. కొన్ని, చిన్నప్పుడు ఉన్న ప్రాబ్లమ్స్ ఉంటాయి, కొన్ని యూత్ లో

ఉన్నప్పుడు ప్రాబ్లమ్స్ ఉంటాయి, కొన్నిసార్లు అడల్ట్ ప్రాబ్లమ్స్ ఉంటాయి, మరికొన్నిసార్లు, మధ్య వయస్సు గల ప్రాబ్లమ్స్ వస్తుంటాయి, కొన్నిసార్లు వయస్సు మీరిన తర్వాత ప్రాబ్లమ్స్ వస్తుంటాయి, ఇంకొన్నిసార్లు ముసలితనంలో వచ్చే ప్రాబ్లమ్స్ ఇంటనే ఉంటుంది. ప్రాబ్లమ్స్ లేని మనిషి అసలు ఈ ప్రపంచంలో లేడు. అసలు ప్రాబ్లమ్స్ లేని మనిషి ఉన్నాడా? నేనైతే ఇప్పటిదాకా వినలేదు. సన్యాసి కి కానీ, సన్యాసిని కానీ, ఏదో ఒక ప్రాబ్లం ఉంటుంది. వాళ్లకి, మామూలు మనుషుల కంటే చాలా ఎక్కువ ప్రాబ్లమ్స్, మైండ్ టెన్షన్లు ఉంటాయి. అసలు జీవితం మీద సన్యాసం తీసుకుంటే ఎవరైనా, వాళ్లకే ఎక్కువ లైఫ్ లో చాలా ప్రాబ్లమ్స్ ఫేస్ చేయాల్సి వస్తుంది, అది కూడా మామూలు మనుషుల కంటే ఎక్కువగా.

కొన్ని ప్రాబ్లమ్స్ solve చేసుకోగలము. వీటికి సొల్యూషన్స్ ఉంటాయి. కొన్ని ప్రాబ్లమ్స్ వాటంతటు అవే solve అయిపోతుంటాయి. కొద్ది సమయంలో, కొన్ని విషయాలలో టైం ప్రాబ్లమ్స్ ని సాల్వ్ చేస్తుంది ఏమైనా. చాలామందికి, చాలా రకాలైన ప్రాబ్లమ్స్ ఉంటాయి. కొన్ని చెప్పుకోవాల్సినవి, కొన్ని విషయాలు ప్రాబ్లమ్స్ తో కూడుకున్నవి, చెప్పుకోలేనివి. ఇలాంటివి, చాలామంది విషయాలలో, చాలా ఫ్యామిలీస్ లోనూ ప్రతిరోజు చూస్తూనే ఉన్నాము, వింటూనే ఉన్నాము.

ఉదాహరణకి, చాలామంది యూత్ కి ఎడ్యుకేషనల్ ప్రాబ్లమ్స్ ఉంటాయి. ఉద్యోగం వచ్చే వరకు కొంతమందికి ప్రాబ్లమ్స్ ఫేస్ చేయాల్సి వస్తుంది. కొంతమంది యూత్ కి లవ్ రిలేటెడ్ ప్రాబ్లమ్స్ ఉంటాయి. కొంతమంది జనాలకు పెళ్లి ప్రాబ్లమ్స్ ఉంటాయి. మరి కొద్ది మందికి బిజినెస్ లో చాలా టెన్షన్ ఫీల్ అవుతూ, సతమతమవుతూ, చెప్పుకోలేని ప్రాబ్లమ్స్ తో బాధపడుతూ ఉంటారు. కొంతమంది పొలిటికల్ గా ఉండే వారికి, పొలిటికల్ ప్రాబ్లమ్స్ ఉంటాయి. కొంత మంది ప్రజలు, క్రిమినల్ కేసుల్లో బాధపడుతూ, చాలా మనసు బాధతో, చెప్పుకోలేక, కృంగి కృశించి పోతూఉంటారు. కాని, బయటికి మట్టుకు హ్యాపీ గా ఉన్నట్లు పుటాప్ చేస్తూ నవ్వుతూ ఉంటారు. ఎందుకంటే ఇలాంటి వాళ్ళ లైఫ్ రెప్యుటేషన్ పాడైపోకుండా ఉండాలని, ఇంకా జనాలని మోసం చేస్తూ ఉండాలని, అనుకుంటూ ఉంటారు. మరి చిన్న పిల్లల బాధలు ప్రాబ్లమ్స్ చెప్పుకోలేనివి. అవి నిరంతరం, ప్రతిరోజు ఉండేవి. ఇలాంటి ప్రాబ్లమ్స్, difficulties, టైం సాల్వ్ చేయాల్సిందే.

ఇంకా, రాణి, డి ఐ జి, (ఇన్వెస్టిగేషన్స్) సి.బి. ఐ, ఏమి చెప్పిందంటే:

జీవితంలో, కథలుంటాయి, బాధలు ఉంటాయి, సాధకబాదాకాలు కూడా ఉంటాయి. అసలు జీవితంలో మితిమీరి గా చేస్తే, బాధలు అని ఫేస్ చేయాల్సిందే, ఫ్యామిలీ మొత్తం బాధ పడాల్సిందే.

అందరూ సఫర్ అవ్వాల్సిందే. మనం, ఈ జన్మకి వచ్చినందుకు., మన జీవితాన్ని ఎంత బాగా బ్రతికాము, ఎంత బాగా జీవితములో ముందుకు సాగి వెళ్తాము, అనేది, ఒక మల్టీ మిలియన్ డాలర్ల ప్రశ్న ఎలా ఉంటుంది. ఈ జీవితంలో, ఫ్యామిలీ బాండింగ్ అనేది చాలా ముఖ్యమైన విషయ. డబ్బులు సంపాదించడం కన్నా జీవిత మార్గం, లక్ష్యం, తమ జీవితం యొక్క పరిపూర్ణ జీవిత ఆశయాలు వాటి యొక్క జీవితానందం అనేవి చాలా ముఖ్యం. ఇవన్నీ, ఫ్యామిలీ మీద, చాలా ఇంపాక్ట్ చూపిస్తాయి. కానీ, ధనం, సంపాదన, జీవితానికి అవసరం ఉంటుంది. దొంగ పద్ధతిలో, అడ్డగోలుగా సంపాదించడం, చెడు మార్గాలలో డబ్బు సంపాదించడం, వేరొకరిని కానీ, కంపెనీలను కానీ, గవర్నమెంట్ ను కానీ, బ్యాంకులను కానీ, మోసం చేసి డబ్బులు సంపాదించడం, ఇవన్నీ జీవితాన్ని నాశనం చేస్తాయి. సొంత జీవితం కాకుండా వాళ్ళ మొత్తం ఫ్యామిలీని సర్వ నాశనం చేస్తాయి.

రాణి, డి ఐ జి (క్రైమ్ అండ్ ఇన్వెస్టిగేషన్), సి.బి. ఐ, ఈ విధంగా చెప్పింది. కొంచెం సెంటిమెంటల్గా ఫీల్ అవుతు.

వర్తమానం, ఒక వరం. మన మనో స్థితిలో మార్పు రావాలి. జీవితంలో మన దగ్గర నుంచి విడదీయరాని సంపద ఏమిటి? అదే వర్తమానం. అది ముంగిట ఉన్న షడ్ శోభితమైన భోజనం

లాంటిది. ఆ మాధుర్యాన్ని ఆస్వాదించాలి. సద్వినియోగం చేసుకోవాలి. అయితే మన ఆలోచనలన్నీ గడిచిపోయిన కాలం చుట్టూ పరిభ్రమిస్తున్నాయి. భవిష్యత్తు సంబంధించిన భయాల వెంట పరుగులు పెడుతున్నాయి. ఈ సమయంలో, ఆధ్యాత్మిక పదం మనకు మంచి మార్గాలను చూపుతుంది. Yoga, ఆత్మ సాధనల వల్ల సంయమనం స్థితప్రజ్ఞత చేకూరుతాయి. ఫలితాన్ని యధాతధంగా స్వీకరించే సమున్నత స్థితి లభిస్తుంది. ఆధ్యాత్మిక ధోరణి అనేది మీద పడ్డాక వృద్ధాప్యంలో ఆచరించే అంశం కాదు. అది నవనవోన్మేషం, నిత్య నూతనం. దివ్యతమ మార్గాన్ని ఆచింతన అందిస్తుంది. సూక్ష్మమైన, విశాలమైన, ఆధ్యాత్మిక భావజాలం వైపు మన మనస్సును మళ్లించాలి, కొన్నిసార్లు మనసు బాగా లేనప్పుడు. ప్రగతి మైన జీవన దృష్టి వైపు మనం పురోగమించి నప్పుడు మన ఉనికిని కూడా మారిపోతుంది. చుట్టూ ఉన్న ప్రపంచం, వ్యక్తుల విషయంలో మన దృక్పథం మారాలి. సానుకూలత సర్వత్రా అలవర్చుకోవాలి.

ధర్మాచరణం అనే మాటకు విస్తృతార్థం ఉంది. నీతి, న్యాయం, దయ, సౌభ్రాతృత్వం, సహనం వంటి అంశాలతో జీవితం మేళవించి ఆంతరంగికంగా, బాహ్యంగా, ధర్మంతో మమేకం కావడం, ఆధ్యాత్మిక సాధనలో ముఖ్య అంశం. పర్వతారోహకులు, పర్వత పాదపీఠం నుంచి వివిధ మార్గాలలో ఓర్పుగా, నేర్పుగా,

వివిధ ఉపకరణాల సహాయంతో ముందుకు సాగుతూ పర్వతానికి చేరుకుంటారు. లక్ష్యాన్ని సాధిస్తారు. ఆధ్యాత్మిక సాధన కూడా అలాంటిదే. మతాలు ఏవైనా సరే మహనీయత, సన్మార్గం వైపు ప్రయాణించాలని నిర్దేశించారు. తనని తాను, హృద్యమైన శిల్పంలో తీర్చిదిద్దుకోవడానికి ప్రతి వ్యక్తికి ఆధ్యాత్మిక ధోరణి ఉపకరిస్తుంది. మృత్యువు ఎప్పుడు, ఏ విధంగా ముంచుకొస్తోందా తెలియదు. అందుకే సత్కర్మలు చేయడానికి తొందర పడాలి. జీవితం ఎక్కు పెట్టిన బాణం లాంటిది. ఆ బాణానికి లక్ష్యం ఉండాలి. గురి తప్ప కూడదు. కర్మయోగులు లా నిరంతరం ప్రజ్వరిల్లుతూ సాఫల్యం సాధించాలి.

~~~~~~~~
~~~~~~~~

రాణి, IPS © ఎపిసోడ్ - 19

రాణి, డి ఐ జి (క్రైమ్ అండ్ ఇన్వెస్టిగేషన్), సి.బి.ఐ, ఇంకొక మాట అన్నది తన స్క్వాడ్ మెంబర్లతో.

అసలు ఇంటి పేరుని (సర్ నేమ్), అభాసుపాలు చేయడం గాని, పాడు చేసి బదనాం చేయడం గాని, ఇలాంటి డబ్బు మోసాలు చేసే వారికి అర్హతలేని లేదు. ఇంటి పేరుని నిలబెట్టాల్సింది పోయి, ఇంటి పేరుని నామరూపాల్లేకుండా చేయడం, ఇలాంటి దుర్మార్గులకు లేనేలేదు, అర్హత. అన్నది రాణి, డి ఐ జి.

అసలు డబ్బు సంపాదించడం ఒక మంచి మార్గంలో, ఒక ఎత్తు అయితే, ధన సంపాదన అడ్డ మార్గంలో సంపాదించడం మరో విచిత్రమైన సంఘటన. కానీ, నేను ఒక విషయం చెప్పదలుచుకున్నాను. డబ్బులు ఇల్లీగల్ గా, కరప్షన్ ద్వారా సంపాదించిన ప్రాపర్టీలు చాలా మటుకు గవర్నమెంట్ డిపార్ట్మెంట్లు ఒక నిఘా పెట్టి, అలాంటి చండాలుని జైలు పాలు చేయాలి. చివరకి సరి అయిన సమాధానాలు రాకపోతే వాళ్ల ప్రాపర్టీ లను గవర్నమెంట్ వారు జప్తు చేస్తారు. ఇలాంటి విషయాలు మనం అనేకసార్లు అనేక సందర్భాలలో చూసాము, అన్నది రాణి, డి ఐ జి, సి.బి.ఐ.

ఇలాంటి illegal money నీ, ప్రాపర్టీని, కాష్ ని, బంగారాన్ని, వెండిని, జతచేయబడ్డాయి ఇదివరకు కేసులలో. ఇవన్నీ గవర్నమెంట్ వారి వివిధ డిపార్టుమెంటులు, అనగా, యాంటీ కరప్షన్ బ్యూరో (ఏసీబీ), సెంట్రల్ బ్యూరో ఆఫ్ ఇన్వెస్టిగేషన్ (సి.బి.ఐ), ఎన్ఫోర్స్మెంట్ డైరెక్టరేట్ (ED), ఇన్కమ్ టాక్స్ డిపార్ట్మెంట్ (IT Dept.), రెవెన్యూ డిపార్ట్మెంట్, అన్ని బ్యాంకుల న్యాయ వ్యవస్థల డిపార్టుమెంటులు, సెంట్రల్ ఎక్సైజ్ డిపార్ట్మెంట్ వారు, మినిస్ట్రీ ఆఫ్ ఫైనాన్స్ వారు, రిజర్వ్ బ్యాంక్ ఆఫ్ ఇండియా వారు, మినిస్ట్రీ ఆఫ్ హోం ఎఫైర్స్ వారు, సేల్స్ టాక్స్ డిపార్ట్మెంట్ వారు, అందరికీ పవర్స్ ఉన్నాయి. ఈ డిపార్ట్మెంట్ వాళ్ళు అందరూ దొంగ డబ్బుని, దొంగ ప్రాపర్టీ లని, కరప్షన్ ద్వారా సంపాదించిందంతా జప్తు చేయగలరు. అలాంటి దొంగ వదలని జైలు కి పంపించగలరు, అన్ని సెక్షన్ల క్రింద కేసులు పెట్టి, అన్నది రాణి, డీఐజీ.

ఇంతే కాకుండా, ఇలాంటి దొంగ వెధవ లా ఉన్నవారికి, దొంగ వ్యాపారాల వాళ్ల చుట్టాల ప్రాపర్టీని, ఆస్తులని, అక్కాచెల్లెళ్ల ఆస్తులని, అన్నదమ్ముల్లా ఆస్తులని, బంధుమిత్రుల ఆస్తులని, అలాంటి వారితో తిరిగి మహానుభావుల ఆస్తులను జత చేయబడును. వీళ్ళందర్నీ కూడా జైలు కు పంపిస్తారు, అని కూడా చెప్పింది రాణి, డీఐజీ.

ఇలాంటి కేసులు, విషయాలు, చాలా అసహ్యకర వాతావరణం సృష్టిస్తాయి, బంధుమిత్రుల వారికి, సొసైటీలో ఉన్న వారికి కూడా.

చాలా మటుకు, పెద్ద కరప్షన్ డబ్బు పెద్ద స్కాన్లలో కొన్ని మిలియన్ మరియు బిలియన్ డాలర్ల లో జరుగుతూ ఉంటుంది. ఈ డబ్బు అంతా ప్రజాధనం. ప్రజలు టాక్లు పే చేసి నా డబ్బు. ఫారెన్ బ్యాంకులలో దాస్తూ ఉంటారు. స్విస్ బ్యాంకులలో ఎక్కువగా వస్తూ ఉంటారు. ఇంకా ప్రైవేట్ ఫారెన్ బ్యాంకులలో దాస్తూ ఉంటారు.

ఇలాంటి నల్లధనాన్ని, ప్రజల యోగక్షేమాలు కి వినియోగిస్తే చాలా బాగుంటుంది. ఫెసిలిటీస్ అనగా, పబ్లిక్ టాయిలెట్లు, గవర్నమెంట్ ఫంక్షన్ హాల్స్, గవర్నమెంట్ మాల్స్, సినిమా హాళ్లు, మరియు బీద వాళ్ళ గురించి ఇల్లు, చదువులు కోసం అన్నింటిని ఉపయోగిస్తే ఇలాంటి నల్లధనాన్ని మన దేశం విధాలుగా ముందంజ వేస్తుంది. మరియు ప్రపంచ దేశాలలో మనదేశం ఒక ఆదర్శ దేశం గా మారుతుంది, రాణి, డి ఐ జి.

అసలు ఈనెల డబ్బంతా ప్రజలది. ప్రజల కష్టార్జితం డబ్బు. అన్ని విధాలుగా టాక్స్ లు పే చేసినడబ్బు. నిజాలు ఫ్రీగా నివసించడం లేదు. కాయకష్టం చేసిన డబ్బు. అసలు భరిస్తారు, మరియు ఫ్రీగా ఫుడ్ ఎవరు ఇస్తారు. ఏ దేశంలోనైనా కొరకు అందరూ

కష్టపడాల్సిందే. అసలు వేరే దారి లేనేలేదు. కష్టపడితేనే డబ్బు. బ్రతకాలి అంటేనే డబ్బు. జీవితమంటేనే డబ్బు. డబ్బు లేనిదే జీవితం శూన్యం. అందుకే కష్టపడాలి, బ్రతకాలి, జీవించాలి, వేరే వాళ్ళని బ్రతకం ఇవ్వాలి, ఫ్యామిలీ మెంబర్స్ ని పోషించాలి, కొంచం ఫ్యూచర్ గురించి వెనక వెయ్యాలి., ఇదంతా త పడిన డబ్బుతో, అన్నది రాణి, డి ఐ జి.

నగ్న సత్యం ఏమిటంటే, చాలా మటుకు గవర్నమెంట్ అధికారులు, అటు సెంట్రల్ గవర్నమెంట్ లోనూ, ఎటు స్టేట్ గవర్నమెంట్ లోనూ పెద్ద స్కాం లలో కోట్ల రూపాయలను దాచుకున్నారు, ఇంకా దాచుకుంటున్నారు. ఇది మన దేశం యొక్క ఆర్థిక వ్యవస్థను దెబ్బ తీసే విధంగా ఉన్నది. దీని మూలంగా మనం చాలా పేద జీవితాలను గడపాల్సి వస్తోంది. ఇదంతా ప్రజల మీద డబ్బు భారము టాక్స్ ల రూపంలో పడుతుంది.

కొన్ని స్కాం లా చెబుతాను వినండి అన్నది రాణి డిఐజి.

బోఫోర్స్ స్కామ్, కోల్ స్కాం, టు జి టెలికాం స్కాం, ఇండియన్ స్టాక్ మార్కెట్ మేనిపొల్యూషన్ స్కాం, స్టాంపు పేపర్ స్కాం. Cwg స్కాం, ఇంకా ఇవి క్లోస్ కాలేదు. కేసులు నడుస్తూనే ఉన్నాయి. దీనిలో

ఉన్న మనుషులందరూ బయట ప్రపంచంలో దర్జాగా తిరుగుతూనే ఉన్నారు.

ఇలాంటి స్కాంలు అని పెద్ద పెద్ద అండదండలతోనే జరుగుతున్నాయి అనేది ఖచ్చితమైన అభిప్రాయం. ఇలాంటి విషయాలలో గవర్నమెంట్ వారు చాలా ఏజెన్సీస్ ని, ఎంక్వైరీ కమిషన్లను, ప్రధాన న్యాయమూర్తుల కమిటీ లను, ఫ్యాక్ట్ ఫైండింగ్ కమిటీ లను నీయ మించింది.

కానీ, ఈ కమిటీల రిపోర్టులు కొన్నివచ్చాయి కొన్ని రిపోర్టులు పూర్తిగా రాలేదు. ఏది ఏమైనా యాక్షన్ లు లేవు. ఎక్కడ వేసిన గొంగళి అక్కడనే వున్నది. ప్రతి ఐదు సంవత్సరాలకి గవర్నమెంట్ మారుతూ ఉంటుంది. ఎవరు ఏమి చేయలేని పరిస్థితి. అంతా అయోమయం. అసలు పద్ధతులు ఫాలో అవుతారు, యాక్షన్ లు ఉండవు. కేసులు ఉంటాయి చనిపోయే వరకు. అరెస్టులు ఉంటాయి కానీ బెయిల్ మీద ప్రపంచంలో తిరుగుతూ ఉంటారు. డబ్బులు ఉంటాయి. చాలా బాగా ఎంజాయ్ చేస్తుంటారు. అంతే ఇలాంటిది మన ప్రపంచం.

ఇలాంటి విషయాలలో, ఎవరు ఎవరిని ప్రశ్నిస్తారు? ఎవరి పిల్లి మెడలో గంట కడతారు? ఇలాంటి స్కాంస్టార్స్ ని ఎవరు

కాపాడుతున్నారు. ఈ విషయాలకి అంతం అనేది ఎక్కడ ఉంది. నేను ఒకటి చెబుతాను అన్నది రాణి డీఐజ.

సినిమా అయిపోయిన తర్వాత ది ఎండ్ అనేది ఉంటుంది. కానీ ఇలాంటి స్కాం లకు ది ఎండ్ ది లేదు. అని నా అభిప్రాయం, అన్నది రాణి డీఐజీ.

కానీ ఈ డబ్బంతా ప్రజల డబ్బు. సామాన్య ప్రజలు కష్టపడుతున్నారు బాధపడుతున్నారు చావలేక జీవిస్తున్నారు. ఎవరిని బ్లేమ్ చేయాలి? ఎవరి దీనికి సమాధానం చెప్పగలరు? విషయాలు ఎలా ముందుకు వెళ్తాయి? అసలు గవర్నమెంట్ అంటే ఏమిటి? గవర్నమెంట్ వారు ఇలాంటి స్కామ్ లను ఎలా హ్యాండిల్ చేస్తారు?

అసలు గవర్నమెంట్ వారు స్పెషల్ సీక్రెట్ ఏజెన్సీని, సీక్రెట్ ఇన్వెస్టిగేటివ్ టీమ్స్ నీ పెట్టాలి. ఇలాంటి ఫైనాన్షియల్ స్కాం చేసేవారిని, శిక్షించాలి. పాత కేసులు ఎన్ని సంవత్సరాలకు ముగుస్తుందో ఎవరికీ తెలియదు. ఇవన్నీ మనం రోజూ వింటూనే ఉన్నాం, రోజూ చూస్తూనే ఉన్నాం. కానీ ఎవరు ఏమీ చేయలేరు, అనలేరు, అన్నది రాణి, డి ఐ జి.

~~~~~~~~~
~~~~~~~~~

రాణి, IPS © ఎపిసోడ్ 20

అనురాగ్ ఆసక్తికర విషయాలు:

అనురాగ్, ఒక మీటింగ్లో అందరి కంపెనీ రిప్రెజెంటేటివ్ లతో, మరియు అందరి అఫిషియల్స్ ముందు, బిజినెస్ డెవలప్మెంట్ గురించి మాట్లాడుతున్నారు. అందరూ ఆసక్తికరంగా వింటున్నారు. ఎవరికి తోచిన ఐడియాస్ వారు ఇస్తున్నారు. కొంతమంది మీటింగులో కొన్ని విషయాలు ఆచరణకు సాధ్యం కానివి మాట్లాడుతున్నారు. కానీ, అన్ని విషయాలు కంపెనీ ప్రోగ్రెస్ మరియు డెవలప్మెంట్ గురించి సంబంధించినవి కాబట్టి, అనురాగ్ regional head కాబట్టి, బాధ్యతలు ఉన్నాయి కాబట్టి, బిజినెస్ గ్రోత్ ను మనసులో పెట్టుకుని, అందరిలోనూ కొన్నిసార్లు లౌక్యంగా మాట్లాడుతున్నాడు. కొంతమంది అడిగిన ప్రశ్నలకు అనురాగ్ ఈ క్రింద చెప్పబడిన విధంగా రియాక్ట్ అయి, తాను చెప్తాడు ఈ విధంగా.

నేను కొన్ని విషయాలు చెబుతాను మీకు. నాకు చెప్పాలనిపించింది. మీరు నాకు సహకరించి నేను చెప్పిన విషయాలు వినాలని కోరుకుంటున్నాను, అని అన్నాడు అనురాగ్.

అందరూ మీటింగ్ లో ఉన్న వారు, సరే నని అనురాగ్ చెప్పే విషయాలు వినాలని ఆసక్తి చూపారు.

ఎవరైనా అనుకున్నారా, ఇందిరా గాంధీ గారు, మన ఎక్స్ ప్రైమ్ మినిస్టర్ ఆఫ్ ఇండియా, తన యొక్క సెక్యూరిటీ బాడీగార్డ్ లా తోనే చంప పడుతుందని?

ఎవరైనా ఊహించారా, ఇండియన్ నేషనల్ కాంగ్రెస్ అప్పటి ప్రెసిడెంట్ శ్రీమతి సోనియా గాంధీ, 2014 జనరల్ ఎలక్షన్స్ లో, తన కాంగ్రెస్ పార్టీ ఓడిపోతుందని? అందరూ అనుకున్నారు అప్పట్లో కాంగ్రెస్ పార్టీ మూడవ సారి కూడా గెలిచి పడతారని. కానీ అన్ని తారుమారు అయ్యాయి. అనుకున్నదొకటి, జరిగింది వేరొకటి.

ఎవరైనా అనుకున్నారా? సహారా చీఫ్ సుబ్రతారాయ్ ప్రాపర్టీ లు సుప్రీంకోర్టు ఆదేశాల మేరకు అన్నీ వేలం వేసింది, ఆ డబ్బులు ఇన్వెస్టర్స్ కి ఇయ్యాలని. ఇది ఒక అనుకోని సంఘటన. దీనిలో అనుకున్నదొకటి, జరిగింది వేరొకటి.

ఎవరైనా అనుకున్నారా? డాక్టర్ విజయ మాల్యా, కింగ్ ఫిషర్ ఎయిర్ లైన్స్ విమానాలను తిరిగి పునరుద్ధరించడానికి DGCA వారు Air Worthyness సర్టిఫికేట్ ఇవ్వడానికి నిరాకరించిందని.

అది కూడా అన్ని లోన్లు, టాక్స్ లు, గవర్నమెంట్ కి కట్టిన తర్వాత మరియు అందరి ఉద్యోగులకు, వర్కర్స్ లకి, జీతాల బకాయిలు చెల్లించిన తర్వాత

ఎవరైనా అనుకున్నారా, నీరవ్ మోడీ కి ఎలా ఉంటుందని?

ఎవరైనా అనుకున్నారా లలిత్ మోడీ కేసు కూడా ఇలా ఉంటుందని?

ఎవరైనా అనుకున్నారా ప్రపంచ క్రికెట్ పోటీలలో, Australia జట్టులో, భారతదేశం క్రికెట్ జట్టు ఓడిపోతుందని. ? ఊహలు ఊహలే. అనుకున్నవి ఒకటైతే, జరిగేది మరొకటి. ఆశలన్నీ అడియాసలయ్యాయి.

ఎవరైనా అనుకున్నారా? BV రామలింగరాజు, సత్యం కంప్యూటర్స్ చీర్, ఆశలు, అడియాసలు, అన్ని ఒక కలగా మిగులుతాయని? ఆయన ఆశించినది ఒకటైతే, వేరొకటి శాపమై కాటేసింది, రాజు గారిని.

అన్ని అనుకున్న ప్లాన్ మొత్తం గంగలో మునిగి పోయాయి. అంతా పోయే, డబ్బులు పోయాయి, పరువూ పోయె, మరి రాజు గారికి ఏ

పూర్వజన్మ శాపము? అన్ని అనుకున్నదొకటి, జరిగిపోయేవి వేరొకటి.

BJP vs AAP 2015 Delhi Elections లో అందరూ ఊహించారు 50:50 గెలిచే చాన్సులు అని. కానీ, అనుకున్నదొకటి జరిగింది వేరొకటి. అసలు AAP పార్టీ మొత్తం గేలి చేసింది, అన్ని ఢిల్లీ సీట్లను. మరి అనుకున్నదొకటి జరిగింది వేరొకటి.

అగ్రిగోల్డ్ బాధితుల డబ్బులు ఇప్పటిదాకా ఏ ఇన్వెస్టర్ కి పూర్తిగా రాలేదు. ఎవరైనా అనుకున్నారా? తమ డబ్బు మునిగి పోతుందని? కాలం, ధర్మం తప్ప. అందరూ ఇన్వెస్టర్లు అనుకున్నదొకటి జరిగింది వేరొకటి.

అన్ని సర్వేలు, టీవీ చానల్స్. మీడియా చానెళ్లు, న్యూస్ పేపర్లు అనుకున్నాయి. ఏమంటే 2014 ఆంధ్రప్రదేశ్లో వై జగన్మోహన్ రెడ్డి గారి స్థాపించిన వైఎస్ఆర్ పార్టీ తప్పకుండా గెలిచి, ఆంధ్రప్రదేశ్లో రాజ్యాధికారం చేపడుతుందని. కానీ అనుకున్నవి కాలేదు అప్పట్లో. ఊహించిన ఒక విధంగా జరిగింది వేరొక విధంగా.

కాబట్టి, అన్ని అనుకున్నవి కరెక్ట్ కాదు., దరిదాపుల లోనే ఉంటాయి. కానీ, నిజం కాజాలవు. కొన్నిసార్లు అనుకున్న విషయాలు, ప్రోగ్రాం ప్రకారం జరుగుతాయి. కొన్నిసార్లు జరగవు.

ఊహించిన వన్నీ జరగాలని ఏమీ లేదు. దీన్నే మానవుడు ఒకటి తలిస్తే దేవుడు ఇంకొక విధంగా శాసిస్తాడు!

చాలామంది యువత పైకి ఎదగాలని, సివిల్ సర్వీసెస్ ఎగ్జామ్స్ రాస్తారు. కానీ కొంతమందికే సాధ్యపడతాయి. ఏ రంగంలోనైనా, నిజంగా పైకి రాణించాలంటే డబ్బులు ఉండాలి బాగా. చదువుల కొరకు డబ్బులు ఖర్చు చేయాలి. బాగా కష్ట పడాలి కూడా. కొన్నిసార్లు, కొంతమంది, అనుకుంటారు, నేను అది కావాలి, ఇది కావాలి, పెద్ద ఉద్యోగాల్లో సెటిల్ అవ్వాలని, కానీ కొన్నిసార్లు అలా జరగవు. అనుకున్నవి ఒకటైతే జరిగేవి మరొకటి.
ఇంకా చెప్పాలంటే, కొన్ని ఆసక్తికరమైన విషయాలు మీకు చెబుతాను, వినండి, అని అన్నాడు అనురాగ్.

కొంతమంది ఏదో భూమి కొనాలని లేదా, ప్లాట్లు కొనాలని, లేదా Flat కొనాలని, డబ్బు దాచుకొని కూడా పెడతారు. కానీ అలాంటి డబ్బు, అనేక కారణాల వల్ల, చెల్లెలి పెళ్లి గురించి లేదా తల్లిదండ్రుల హాస్పిటల్ బిల్లు ద్వారా ఖర్చు అయిపోతుంది. అనుకున్నదొకటి జరిగేది ఇంకొకటి.

కొంతమంది కార్ కొనాలి అని, బంగారం కొనాలి అనుకొని, డబ్బు దాచి పెట్టి అలా పకడ్బందీగా ప్లాన్ చేస్తారు. కానీ సడన్ గా, ఆ డబ్బు పండుగలకు పబ్బాలకు లేక అనివార్య కారణాలవలన

డబ్బులు ఖర్చు అయిపోతాయి. ఇంకా కొన్ని విషయాలు అనుకుంటే కావు అన్ని తారుమారు అవుతూ ఉంటాయి.

కొంతమంది డబ్బులు దాచి పెట్టాలని పెద్ద అమౌంట్ ల చిట్టీలు, కొన్ని పండి చిట్ఫండ్ కంపెనీలలో చిట్టీలు వేస్తుంటారు. అని చిట్ ఫండ్ కంపెనీలు దివాలా తీసి కంపెనీలు మూసేస్తారు. సిటీల రూపంలో దాచుకున్న డబ్బు అంతా గోవిందా. లబోదిబోమని, చిట్టీలు వేసిన వాళ్ళు ఏడుస్తారు. అనుకున్నవి ఒకటైతే జరిగేవి ఇంకొకటి.

మనుషులు జీవితంలో చాలా చాలా అనుకుంటారు. కానీ అవి జరగవు. కొంతమంది అనుకోనివి జరుగుతూ ఉంటాయి. చాలామందికి నష్టాలు కష్టాలు ఉంటాయి, కానీ లాభాలు, సుఖ సంతోషాలు ఉండనే ఉండవు.

కొంతమంది ఫ్యాషన్ డిజైనర్ అవుదామని కోర్సులు చేస్తారు. కానీ అలాంటి వారు టైలర్ అవుతారు.

కొంతమంది డాక్టర్ గా పైకి వద్దామని అనుకొని. కానీ వ్రాత వలన, అలాంటి వారు డాక్టర్ చదువు కాకపోగా, కాంపౌండర్ గా పని చేస్తారు.

ఇంజనీర్ కావాలని చదువుతే, కాలం కలిసి రాక, మెకానిక్ గా పని చేస్తారు కొందరు.

సైంటిస్ట్ అవ్వాలనే చదువుతే, చివరికి మెడికల్ రిప్రజెంటేటివ్గా పని చేస్తారు కొందరు.

మనుషులు ఒకటి తలిస్తే, దైవం వేరొకటి చేస్తుంది.

ఇలా అనురాగ్ తన మనసులోని మాటలను అందరి రిప్రజెంటేటివ్స్ లను ఆకర్షించాయి.

- - - - - - - - -

రాణి, IPS © ఎపిసోడ్ - 21

రాణి, డి ఐ జి (సి.బి. ఐ), యాక్షన్ ప్లాన్:

రాణి, డిఐజి (క్రైమ్ అండ్ ఇన్వెస్టిగేషన్) ఒక విషయం వాళ్ళ స్క్వాడ్ మెంబర్స్కి చెప్పింది, తన మీటింగ్లో:

అది, ప్రస్తుతం జరుగుతున్న గ్యాంబ్లింగ్ మీద. అసలు గ్యాంబ్లర్ మైండ్ ఎలా ఉంటుంది? వాళ్లు మైండ్ సెట్ మార్చగలగాలి ? ఈ విషయం గురించి పూర్తిగా స్క్వాడ్ కి ఈ విధంగా చెప్పింది:

అసలు గ్యాంబ్లర్ మైండ్ ఎల్లప్పుడూ ఓకే ట్రాక్ లో పయనిస్తుంది. ఆ విధంగా డబ్బు ఎలా సంపాదించాలి అది కూడా గ్యాంబ్లింగ్లో, అతి త్వరలో సంపాదించగలగాలని ఆలోచిస్తూ ఉంటారు, గ్యాంబ్లర్. గ్యాంబ్లింగ్ అనేది చాలా రకాలుగా ఉంటుంది. ఏ చెప్పాలంటే, గుర్రం పందాలు బెట్టింగులు, ప్లేయింగ్ కార్డ్స్ ఆడటం, క్రికెట్ మీద బెట్టింగులు, ఫుట్ బాల్ ఆట మీద బెట్టింగులు, హాకీ ఆటల మీద క్యాష్ బెట్టింగ్ లు, ఇంకా టెన్నిస్ మీద, షటిల్ కాక్ మీద బెట్టింగులు, బాడ్మింటన్ మీద బెట్టింగ్ లు, కోళ్ల పందాలు మీద బెట్టింగ్ లు, చెస్ గేమ్ మీద బెట్టింగులు, ఎలక్షన్లలో గెలుపోటముల మీద బెట్టింగులు, చాలా లక్షల లక్షల రూపాయలు కాని, చాలా డాలర్లలో గాని బెట్టింగులు కొన్ని వేల

లక్షల రూపాయలు జరుగుతూ ఉంటుంది. బెట్టింగులు టర్నోవర్ కూడా కొన్ని కోట్ల రూపాయలలో జరుగుతూ ఉంటుంది.

అసలు ప్రపంచంలో, అన్ని దేశాలలో బెట్టింగులు జరుగుతుంటాయి. కొన్ని దేశాలలో అది కూడా భారతదేశంలో, ఇలాంటి క్యాష్ బెట్టింగ్ లు చట్టప్రకారం నేరంగా పరిణమించడం జరుగుతుంది. ల్యాండ్ ఆఫ్ రూల్ అంటారు దీనినే.

కొన్ని దేశాలు, ప్రదేశాలలో బెట్టింగులు జరుగుతుంటాయి. కానీ దేశాలు కొన్ని ఇలాంటి బెట్టింగ్ లని బ్యాన్ చేశాయి. కొన్ని దేశాలలో కొన్ని గేమ్స్ బెట్టింగులు ఏమిటి చేశారు పర్మిట్ చేశారు.

అసలు గ్యాంబ్లింగ్ అనేది ఎక్కువగా, షేర్ మార్కెట్ లో చాలా విపరీతంగా ఉంటుంది. అసలు షేర్ మార్కెట్లు ఒక విధంగా ఉండదు. చాలాసార్లు, ప్రతిరోజు, ప్రతి నిమిషం, హెచ్చుతగ్గులు షేర్ మార్కెట్ రేటింగ్ లు మారుతూ ఉంటాయి. దీనివలన షేర్స్ కొన్నవాళ్లు, చాలా, అంటే విపరీతంగా నష్టపోతారు. కొన్నిసార్లు, షేర్ విపరీతంగా పెరిగిపోతాయి.

ఇలాంటి సందర్భాలలో, గ్యాంబ్లర్ చాలా ఆలోచించి పకడ్బందీగా షేర్లు కానీ, బెట్టింగులు కానీ చేస్తూ ఉంటారు.

డబ్బు సంపాదన అనేది గ్యాంబ్లర్ కి ముఖ్య లక్షణం. ఈ గ్యాంబ్లర్ కూడా కొన్నిసార్లు నార్కోటిక్ డ్రగ్స్ కూడా సప్లై చేస్తుంటారు. అది కూడా అన్ని రకాల ప్రజలకు, బార్ అండ్ రెస్టారెంట్ లకు, పబ్ లకు, క్లబ్బులకు, క్యాష్ ఇనోవా ఆడియో చోట్లలో, కాలేజీ కుర్రాళ్లకు, ఇంకా ఎంతో మందికి సప్లై చేస్తూ ఉంటారు ఇలాంటి నార్కోటిక్ డ్రగ్స్.

కొంతమంది గ్యాంబ్లర్ కి, ఇదే ఒక ప్రధాన వృత్తి. మరియు జీవనోపాధి కూడా. ఈ గ్యాంబ్లర్ చాలా లక్షల్లో, కోట్ల రూపాయలు, డాలర్లలో సంపాదిస్తూ ఉంటారు.

ఈ గ్యాంబ్లింగ్ అనేది, చాలామంది, చిన్నప్పటి నుండే అలవాటు పరుచుకుంటారు. గ్యాంబ్లింగ్ అనేది ఒక డబ్బులు చేర్చుకునే వృత్తి. ఈ గ్యాంబ్లింగ్ లకు అలవాటుపడినవారు, నార్మల్ లైఫ్ కి దూరంగా ఉంటారు. ఈ ప్రపంచంలో, ప్రతివాడు, చాలా తొందరగా డబ్బు సంపాదించాలని కుంటాడు. అని రకాలుగా, అన్ని విధాలుగా, ఇలాంటి గ్యాబ్లింగ్ ద్వారా, గ్యాంబ్లర్ చాలా తొందరగా move అవుతుంటారు. ఈ గ్యాంబ్లర్, చాలా డాషింగ్ గాను, ఎంతగానో డైనమిక్ గా ఉంటారు. చాలా మటుకు గ్యాంబ్లర్ కి నెట్వర్క్ అనేది ఉంటుంది. కొంతమంది, అవసరమైతే, తమను తాము రక్షించుకోవడానికి ఏ క్రైమ్ గాని, మర్డర్లు కానీ చేయడానికి

వేయరు వెనకంజ. అసలు కేసులు లేని గ్యాంబ్లర్ లేనే లేరు. వీటంతటికీ డబ్బులే ప్రధాన కారణంగా ఉంటుంది. చాలా మటుకు, ఈ గ్యాంబ్లర్ ని నమ్ముకున్న వాళ్ళు ఉంటారు. వీటిలో ఉద్యోగస్తులు, బిజినెస్ చేసే వాళ్ళు, పాలిటిక్స్లో ఉన్న వాళ్ళు, ఉంటారు చాలామంది. ఈ గ్యాంబ్లర్ ఒకరి మాట వినరు. వాళ్ళ మైండ్ సెట్ వేరే రకంగా ఉంటుంది. మంచి బోధనలు ఎవరికైనా చెబితే అవి ఈ కామర్స్ మైండ్ కి బుర్ర కి ఎక్కవు.

ఇలాంటి పరిస్థితులలో, మన ప్రథమ కర్తవ్యం, అన్ని బెట్టింగుల ప్రదేశాలను, నార్కోటిక్ డ్రగ్స్ సరఫరా చేసే ప్రదేశాలను, మన స్క్వాడ్ మెంబర్స్ ఒక నిఘా పెట్టి, అందరినీ పట్టుకొని, బొక్క లో పెట్టాలి.

ఫస్ట్ మనం, క్యాసినోవాలా ప్రదేశాలలో రైడ్ చేయాలి. ఫిలిం ఫీల్డ్ లో ఉన్న వారి మీద నిఘా పెట్టాలి. గ్యాంబ్లింగ్ జరిగే ప్రదేశాలలో నిఘా పెట్టాలి. మొత్తం అంతా ఆరా తీయాలి. అసలు ఎవరిని వదలకూడదు.

అని రాణి, డి ఐ జి, సి.బి. ఐ, అనుకొని, మాస్టర్ ప్లాన్ వేసి, ఇక ఫీల్డులో దిగారు. ఒక పది బృందాలుగా విడిపోయి ఇక అన్ని ప్రదేశాలలో ఒక నెల రోజుల పాటు రైడ్, రైడ్ మరియు రైడ్. అందరినీ అరెస్టు చేశారు. డబ్బుని లాక్కున్నారు. లెక్క పత్రాలు

లాక్కున్నారు. నోటీసులు ఇచ్చారు. ఎంతమందిని విచారించారు. కొంతమందిని, నాన్ బెయిలబుల్ వారెంట్ తెచ్చి అరెస్టు చేశారు.

అసలు, నీ నా అనే తారతమ్యం లేదు. కొంతమంది, పొలిటికల్ ఇన్ఫ్లుయెన్స్ తెచ్చిన, ఎవరిని వదలలేదు, అసలు, క్రై, అని కూడా అనకుండా అందరినీ బొక్కలో తోసేశారు.

ఇక చూసుకో, అన్ని టీవీ చానల్స్, అన్ని న్యూస్ పేపర్లలో, ఇదే న్యూస్, ఇదే టాపిక్, ఇదే డిస్కషన్.

అందరూ గ్యాంబ్లర్, హడల్ భయపడ్డారు. కొంతమంది సి.బి. ఐ మనుషులతో ఎదురు తిరిగితే, ఇక చూస్కో, ఒకటే బీటింగ్, ఒళ్లు హూనం అయ్యేల, జైల్లో తోసి, ముక్కలు బొక్కలు వాచిపోయేలా కొట్టారు. ఎవరైనా ఎదురుతిరిగి మాట్లాడితే వాళ్ళని కూడా జైల్లో పెట్టారు కేసులు పెట్టి. కోర్టులో హాజరు పరిచారు అనేకమందిని. ఎదురు తిరిగిన వారిని చిత్రహింసలు పెట్టారు.

అసలు మినిస్టర్లు గాని, లీడర్లు గాని, గ్యాంబ్లర్ గాని, తాగుబోతులను గాని, నార్కోటిక్ డ్రగ్స్ సప్లై చేసే వాళ్ళని గాని, వాడే వాళ్ళని గాని, ఎవరిని వదలలేదు. నీనా బేధం లేదు. జాలి

లేకుండా భలే పోలీస్ ట్రీట్మెంట్లు. అసలు ఫోను అంటే ఏమిటి? అనే చూపెట్టారు ruchi.
రాణి, డి ఐ జి, ఆధ్వర్యంలో ఇదంతా జరిగింది.

ఇలాగే కొనసాగింది రైడ్లు. క్లబ్బులో, పబ్ లలో, రేసు కోర్సులలో, బిజినెస్ చేసే వ్యాపారులు ఇళ్లల్లో, అసలు అనుమానం వచ్చినవారిలోనూ, వారి బంధు మిత్రుల ఇల్లల్లో సోదాలు చేశారు.

ఇలాంటి గ్యాంబ్లర్ అందరూ, స్మగ్లర్స్ అందరూ, కూడబెట్టిన డబ్బును మొత్తము తీసుకుని, లక్క పత్రాలు అడిగారు. అనుమానాలు ఉన్నవారి మీద, ఒక నిఘా ఏర్పాటు అయింది. నోటీసులు ఇచ్చినవారిని సిబిఐ ఆఫీసుకు వచ్చి, ఎంక్వైరీ కమిటీ ముందు హాజరు కమ్మని చెప్పారు. ప్రశ్నల వర్షం కురిపించారు. అసలు సీబీఐ అంటే మజాకా లేక సీబీఐ ruchi చూపించారు. చాలామందిని అరెస్టు చేశారు. కేసులు పెట్టారు. జైలుకు పంపించారు. బ్యాంక్ అకౌంట్ లో నీ వ్యవహారాలు, ట్రాన్సాక్షన్స్ అన్ని ఆరా తీశారు. బ్యాంకు అకౌంట్ ప్లాన్ ని ఆపివేశారు. అన్ని విధాల కష్టతరమైన నిబంధనలు పాటించారు.

అన్ని రిపోర్టులు, అనుకున్న టైమ్ లో, సిబిఐ కోర్టులో, సబ్మిట్ చేశారు కేసులు నడుస్తున్నాయి.

ఎవరైతే కేసులలో ఇరుక్కున్నారు వాళ్లు తమ కేసుల నుండి బయటపడడానికి వాళ్ళ యొక్క లాయర్లను పెట్టుకున్నారు. మరి తప్పదుగా.

ఈ విధంగా, చాలా కేసులు, ఒకటీ రెండు కాదు, ఓకే 1000 కి పైగా కేసులు అవినీతిపరుల మీద ఉన్నాయి.

రాణి, డి ఐ జి, (crimes and ఇన్వెస్టిగేషన్) నీ గవర్నమెంట్ వారు ప్రశంసించి కొద్దికాలానికే, మరొక ప్రమోషన్ ఇచ్చారు. ఆది ఏఐజి (AIG), అడిషనల్ ఇన్స్పెక్టర్ జనరల్, (crimes and ఇన్వెస్టిగేషన్).

రాణి, AIG CBI, చాలా సంతోషపడి, తన కష్టానికి ఫలితంగా, వచ్చిందని, తన ఫ్యామిలీ మెంబర్స్ గా చెప్పింది.

రాణి, IPS © ఎపిసోడ్ - 22

రేస్ కోర్స్ లో Raid:

ఒకరోజు, రాణి ఐపిఎస్, (ఏఐజి క్రైమ్ అండ్ ఇన్వెస్టిగేషన్), అనుకున్నట్లుగా తమ 30 మంది స్పెషల్ స్క్వాడ్ తో కలిసి ఒకరోజు అసలు రేసులు జరుగుతుండగా అది కూడా ఫుల్ పిక్ టైం లో, సరిగ్గా నాలుగు గంటలకి, రేస్ కోర్స్ లోని ఒక పది మంది క్యాష్ బెట్టింగులు తీసుకునే బుకీల (Bokkies) మీద, ఒకసారి మెరుపు దాడి చేసి వాళ్ల రికార్డులలో లేని డబ్బుని, accounts ని, స్టేట్మెంట్ లని సీజ్ చేశారు. అందరి బుకీల ని అదుపులోకి తీసుకుని విచారణ చేసి, నోటీసులు పంపించి, సిబిఐ ఆఫీస్ కి ఫలానా తేదీన ఒకరిని రమ్మన్నారు, పూర్తిగా విచారించడానికి.

అట్లాగా, రేస్ కోర్స్ వారి ఆఫీసులను, వారి రిజిస్టర్లను బ్యాంకు అకౌంట్లను సీజ్ చేసి రికార్డ్స్ ని సీజ్ చేసి, వారందరినీ విచారణ కి రమ్మని, నోటీసులు ఇచ్చి, సిబిఐ ఆఫీసుకు రమ్మన్నారు. ఒక్కొక్కరిని ఒక్క తేదీలలో, పూర్తిగా విచారించడానికి.

దరువు రేస్ కోర్స్ లో పనిచేస్తున్న వారందరూ బెంబేలెత్తిపోయారు. అటు ఇటు పరిగెత్తి పోయారు, ఆ గొడవని మనకెందుకని. స్టివార్ట్ ఇళ్లను కూడా సోదా చేశారు మరునాడు.

ఇలా వరుసగా ఒక వారం రోజులు అందరి ఇళ్లలోనూ సోదాలు చేశారు. Unaccounted డబ్బులు సీజ్ చేశారు. బంగారం, వెండి, నగలను కూడా సీజ్ చేశారు. ప్రాపర్టీ దస్తావేజులను కూడా తీసుకొని విచారించారు.

మొత్తం 30 మంది సిబిఐ స్టాఫ్ స్పెషల్ స్క్వాడ్, ఆయుధాలతో వచ్చేయ్, తనిఖీలను ముమ్మరం చేసి, తమ డ్యూటీ తాము, తమకొచ్చిన ఆర్డర్ ప్రకారం, తమ విధులు నిర్వర్తించారు.

మొత్తం తతంగం అంతా మర్నాడు టీవీలలో, న్యూస్ పేపర్లలో, రేడియో న్యూస్ లలో, వచ్చాయి. అందరూ ప్రజలు, హ్యాపీ గా ఫీల్ అయ్యారు. అందరూ జనులు అనుకున్నారు ఇలాంటివి రేస్ కోర్స్ లో జరగడం మంచిదేనని. గుర్రం పందాలు వలన అందరూ చెడిపోతున్నారు. చాలా మంది అనుకున్నారు చాలా మంచి పని జరిగిందండి. అసలు ఈ గుర్రం పందాలను బాన్ చేస్తే మనిషి దాని, అది కూడా ఈ రేసులు, సిటీ మధ్యలో ఉంది. అందరూ ఇంకా ఏమన్నారంటే, అసలు ఈ రేస్ కోర్స్ ని ఊరి అవతల పెడితే బాగుండు. అసలు ఈ గుర్రం పందాలు గోల దరిద్రం వదిలిపోతుంది. ఇలాంటి సిబిఐ Raids ఒక మూడు నాలుగు సార్లు జరిగితే, రేస్ కోర్స్ మేనేజ్మెంట్ వాళ్ళ తిక్క కుదురుతుంది. అందరూ జనాలు, ఫ్యామిలీలు బాగుపడతారు. చాలా మంది ప్రజలు అన్నారు ఈ విధంగా. అసలు గవర్నమెంట్ వారు

ఎందుకు ఇలాంటి గుర్రం పందాలను ప్రోత్సహిస్తున్నారు. ఎవరికీ అర్థం కాని ప్రశ్న. దీనిలో గవర్నమెంట్ వారికి వచ్చే డబ్బు ఎంతో? అసలు ఈ జాడ్యాన్ని లేకుండా చేస్తే, అందరి ఫ్యామిలీలు బాగుపడతాయని అందరి టాక్ ఉంది.

-----------------------------.

రాణి, IPS © ఎపిసోడ్ - 23

వైన్ షాప్స్ రైడ్:

ఒకరోజు, రాణి, ఐపీఎస్, అడిషనల్ ఇన్స్పెక్టర్ జనరల్, (క్రైమ్ అండ్ ఇన్వెస్టిగేషన్), తన 30 మంది స్పెషల్ స్క్వాడ్ తో కలిసి కొన్ని బృందాలు గా మారి, ఒక నాలుగు లేక ఐదు పెద్ద వైన్ షాప్ లను రైడ్ చేశాయి. వైన్ షాప్స్ ఓనర్స్ ని, పని చేస్తున్న వారిని కూడా అరెస్టు చేశారు. మొత్తం కలెక్షన్స్ ని సీజ్ చేశారు. రికార్డులను కూడా సీజ్ చేశారు. మొత్తం స్టాక్స్ కూడా సీజ్ చేశారు. అందరి ఓనర్ ఇళ్ళలో కూడా తనిఖీలు చేశారు. మొత్తం ప్రాపర్టీ డాక్యుమెంట్స్ సీజ్ చేశారు. బ్యాంక్ అకౌంట్ లో అన్ని కూడా సీజ్ చేశారు. అందరికీ నోటీసులు ఇచ్చారు. సిబిఐ ఆఫీస్ కి విచారణకి రమ్మని. అంతే. వైన్ షాప్స్ ని లాక్ చేసేసారు.

మొత్తం అంతా డూప్లికేట్ లిక్కర్ అమ్ముతున్నారు. కల్తీ సరుకు నీ అమ్ముతున్నారు ఉన్నది సీబీఐ వాళ్ళ అభిమతం.

ఐతే ఎదురుతిరిగారో, వాళ్లని సి బి ఐ ఎంక్వయిరీ కమిటీల ముందు హాజరు పరిచి, జైలు కి పంపించి నాన్బెయిలబుల్ వారెంట్ జారీ చేశారు.

ఇంకేముంది, అందరి ప్రజలు హ్యాపీ. ఇలాంటి వైన్ షాప్స్ అన్నింటిని Raid చేస్తే బాగుండును, అని అనుకున్నారు.

అసలు ఈ వైన్స్ షాప్స్, సిటీ మధ్యలో, స్కూళ్ల పక్కన, గుడిల పక్కన, ప్రార్ధనా మందిరాల ప్రక్కన, ఉండకూడదని. అందరి ప్రజల అభిప్రాయం. ఊరవతల ఉంటే సరిపోతుంది, అని ప్రజల అనుకున్నారు. అసలు, ఈ వైన్ షాప్స్ సేల్స్ లిక్కర్ అమ్మకాలను బాన్ చేస్తే బాగుండు, అందరి ఫ్యామిలీ లు బాగు పడతాయి.

ఈ విషయం, అన్ని టీవీలలో, అన్న న్యూస్ పేపర్లలో కూడా వచ్చాయి.

వైన్ షాప్ ఓనర్ మొబైల్ ఫోన్స్ అందరివీ సీజ్ చేశారు సీబీఐ బృందం వారు. ఎవరెవరితో కాంటాక్ట్స్ ఉన్నాయో వాళ్ల ఫోన్ నంబర్లు అన్ని నోట్ చేసుకున్నారు. డూప్లికేట్ లిక్కర్ తయారుచేసి, సప్లై చేసే వారందరి పైన పెద్ద నిఘా పెట్టారు. ఇలాంటి వారందరినీ ఒక ఒక సపరేట్ విభాగంలోకి తీసుకొనివచ్చి, వారి మీద నిఘా పెట్టి, ఎవరి మూమెంట్స్ ఎలా జరుగుతున్నాయో, ఎవరితో సంబంధాలు ఉన్నాయి, పొలిటికల్ లీడర్స్ తో లింకులు, డూప్లికేట్ లిక్కర్ తయారుచేయడానికి ఏమేమి మందులు, రసాయనాలు వాడుతున్నారు, ఎలా తయారు చేస్తున్నారు, ఎక్కడెక్కడ తయారీ కంపెనీలు

ఉన్నాయి, వీటి అంతరంగాలు ఏమిటి, డబ్బు రవాణా, మందు రవాణా, లిక్కర్ రవాణా లు ఎలా జరుగుతున్నాయి, ఎలాంటి ట్రక్ లో రవాణా చేస్తున్నారు, లారీలలో ఎలా రవాణా చేస్తున్నారు, మరియు ఏ ఏ రాష్ట్రాలకు సరఫరా చేస్తున్నారు, అన్ని విషయాలు, ఈ స్పెషల్ స్క్వాడ్, ఆరా తీయడం మొదలు పెట్టారు. మరియు, అందరి అనుమానితులను అదుపులోకి తీసుకుని, వేరే వారి మీద నిఘా ఉంచి, అందుకే నోటీసులు కూడా ఇచ్చారు. ఈ తతంగం మొదలు అయింది. స్పెషల్ స్క్వాడ్ వారు, అన్నీ చాలా పకడ్బందీగా, ఈ విషయాలను డీల్ చేస్తూ, చాలా గోప్యంగా, కొన్ని విషయాలను ఉంచారు. కొన్ని విషయాలు సిబిఐ డిపార్టుమెంట్ వారికి తప్ప మరి ఎవరికీ తెలియదు. ఒక స్టేజ్ ఇలాంటి కేసులు వచ్చేవరకు కొన్ని ఇంపార్టెంట్ విషయాలను, ఎవరికీ తెలియ కుండా చాలా రహస్యంగా, గోప్యంగా ఉంచారు.

~~~~~~~~~~~
~~~~~~~~~~~

రాణి, IPS © <u>ఎపిసోడ్ 24</u>

<u>*(1) అనురాగ్ సక్సెస్ అమెరికా టూర్.*</u>

<u>*(2) రాణి ఏ ఐ జి క్రైమ్ అండ్ ఇన్వెస్టిగేషన్ సి.బి.ఐ కొత్త కేసులు Deal చేయుట:*</u>

అనురాగ్ తన అమెరికా పర్యటన ముగించుకొని, ఢిల్లీ వచ్చేశాడు. అనురాగ్ ఆఫీస్ CEO మరియు తన పెద్ద ఆఫీషియల్ కి తన అమెరికా టు రిపోర్ట్ సబ్మిట్ చేశారు.

అమెరికా నుండి వచ్చిన తరువాత ఒక వారం రోజులు సెలవు తీసుకున్నాడు. అనురాగ్ అమ్మానాన్నల తోను, అత్తమామలతో ను, రాణి తోనూ తన అమెరికా విశేషాలు, తన ఆఫీసు విశేషాలు, మరియు ఎక్కడ ఇంటి విషయాల్లోనూ, అందరి బాగోగులు కనుక్కున్నాడు. రాణి carrying కాబట్టి డాక్టర్ దగ్గరికి కూడా రాణి నీ తీసుకుని వెళ్లి అన్ని టెస్టులు చేయించాడు.

తల్లిదండ్రుల కు చెప్పాడు ఏమిటంటే ఎప్పుడు రాణి బాగోగులు చూసుకోమని. అలాగే రాణి తల్లిదండ్రులకు కూడా చెప్పాడు దగ్గర ఉండి అన్ని విషయాలు చూసుకోమని ముఖ్యంగా హెల్త్ విషయం. అనురాగ్ చాలా సంతోషపడ్డాడు రాణికి ప్రమోషన్ వచ్చినందుకు.

Anurag కూడా రాణికి ఇలా చెప్పాడు. ఉన్న హాలో రాణిని కొంచెం దూకుడు తగ్గించమని. ఓవర్స్ strain కావద్దని. హెల్త్ కి కొంచెం ఇంపార్టెన్స్ ఇచ్చి ఆఫీసు విషయాలను కొంచం slowdown చేయమన్నాడు, అనురాగ్.

రాణి సరేనని అనురాగ తో చెప్పింది. రాణి అనురాగ్ లు రోజు ఆఫీస్ కి వెళ్లి వస్తూ వాళ్ల వాళ్ల పనులు చేసుకుంటున్నారు. రాణి తల్లిదండ్రులు, అనురాగ్ తల్లిదండ్రులు, ఎల్లప్పుడు రాణిని చూసుకుంటూ, రాణి కి కావాల్సిన ఇంటి విషయాలను తూచా తప్పకుండా అన్ని పనులు చేస్తున్నారు.

<u>ఫ్లాష్ బ్యాక్:</u>

కొద్దికాలం తర్వాత రాణి కి twins పుట్టారు. మొదటి కాన్పులో అది కూడా అబ్బాయిలు. అలాగే రెండవ సంవత్సరం లో కూడా రెండవ డెలివరీలో, ఇద్దరమ్మాయిలు పుట్టారు. కొద్దికాలం తర్వాత పిల్లల పెరుగుతూ వచ్చారు. రాణి తన ఆఫీసుకు రెగ్యులర్ గా వెళుతూ వచ్చింది. అదే అనురాగ్ కూడా తన ఆఫీసుకు రెగ్యులర్గా వెళుతూ వస్తున్నాడు. మొత్తానికి, రాణి అనురాగ్ లు ఒక ఫుల్ఫ్లెడ్జ్ ఫ్యామిలీ క్రింద ఉన్నారు. అంతా సాఫీగా ఆ రోజులు గడుస్తున్నాయి. రోజురోజుకు పిల్లలు పెద్దవాళ్లు అవుతున్నారు. ఎవరి పనులు వాళ్ళు చేసుకుంటున్నారు. రాణి

అనురాగ్ ల నలుగురు పిల్లలు స్కూల్ వెళ్తున్నారు. రోజులు గడుస్తున్నాయి. నెలలు, సంవత్సరాలు గడుస్తున్నాయి. ఈ విధంగా రాణి అనురాగ్ ల సంసార జీవితం రోజురోజుకు బాగా అభివృద్ధి చెందుతున్నారు.

అనురాగ్ ఆఫీసులో చాలా బిజీ అయిపోయాడు. అలాగే రాణి కూడా తన ఆఫీసులో పనులతో చాలా బిజీగా ఉంటోంది.
అనురాగ్ ప్రమోషన్ కొన్ని సంవత్సరాల తరువాత హెడ్ ఆఫ ఇండియా క్రింద ప్రమోషన్ వచ్చింది. మంచి హోదా, మంచి పలుకుబడి. అనురాగ్ కి అంతా కలిసి వస్తున్నాయి. అన్ని రకాలుగా అభివృద్ధి చెందుతున్నారు.
అలాగే రాణి కూడా తన ఆఫీసులో ఇంపార్టెంట్ ఫైల్స్ కేస్ని ఇచ్చారు deal చేయమని. చాలా విపరీతమైన వర్క్ ఉంది. అన్నీ చాలా పెద్ద కేసులు

రెండు మూడు కేసులు డీల్ చేయమని ఇచ్చారు. అందులో ఒక కేసని ఇమిడియట్ గా deal చేయమని ఆర్డర్ సి.బి.ఐ, ఐ జి హెడ్, వద్ద నుంచి వచ్చాయి. రాణి సరేనని ఛాలెంజింగ్ గా ఈ కేసులని తీసుకొని, అన్ని ఫైల్స్ ని కేసులకు సంబంధించిన వి హ్యాండ్ ఓవర్ చేసుకుని, చదవడం ప్రారంభించింది, రాణి, CBI AID (Crime and Investigation).-
----

రాణి, IPS © ఎపిసోడ్ 25

రాణి సి.బి. ఐ, చదువుట తన కేస్ ఫైల్స్ ని:

ఒక వారం రోజులపాటు కేసు ఫైల్ సి నీ చదివి మంచిగా అవగాహన చేసుకుంది. ఈలోగా అనురాగ్, రాణి, వాళ్ల ఫ్యామిలీ మెంబర్స్ అందరూ లైఫ్ లో సెటిల్లై కంఫర్టబుల్గా లైఫ్ ని లీడ్ చేస్తున్నారు. రాణి, సి.బి. ఐ, ఒక కేసు ఫైల్ ని ఎంపిక చేసేసుకుంది. ఆ కేస్ అచ్చంగా డాక్టర్ విజయమాల్య కేస్ పదివేల కోట్ల రూపాయలను బ్యాంకులకు ఎగవేత కేసు లాంటిది.

ఇది విజయ మాల్యా కన్నా పెద్ద కేసు. పెద్ద గురువుగా ఉన్నట్టు ఉన్నది, ఏ బ్యాంకు ఎగవేతదారులు. అమ్మో, అంతా మోసం. ఘరానా దొంగ దొంగలున్నారు. రాణి, సిబిఐకి, మతి పోయింది. ఈ కేసు చాలా పెద్ద కేసు. ఇలాంటి డబ్బులు తిరిగి భారతదేశానికి రాబట్టుకోవాలి అంటే అందరి సహకారాలు ఉండాలి. ధైర్యం ఉండాలి. ఒక ప్రణాళిక ఉండాలి. పెద్ద నెట్వర్క్ కూడా ఉండాలి. అన్నింటికన్నా మన భారతదేశ గవర్నమెంట్ ఫుల్ పవర్స్ ఇలాంటి కేసు హ్యాండిల్ చేయడానికి ఇయ్యాలి. ఇంకా ఇలాంటి కేసును hande చేయాలంటే అసలు రాజకీయవేత్త ఇంటర్ ఫియర్ కాకూడదు.

ఈ విషయాల గురించి చర్చించడానికి రాణి, సి.బి. ఐ బాస్ తో చర్చించాలని అనుకున్నది.

ఈ విషయాలన్నీ డిస్కస్ చేయడానికి కావలసిన ఇన్ఫర్మేషన్, డాక్యుమెంట్లు ఇంకా తనకు కావలసిన వీసా, గవర్నమెంట్ వారి ఆర్డర్లు, భారతదేశపు అంబాసిడర్ లా సహకారాలు, బ్యాంకు మేనేజ్మెంట్ వారి సహకారాలు, మన ఆర్థిక సంస్థ రిజర్వ్ బ్యాంక్ ఆఫ్ ఇండియా వారి సహకారాలు, హోమ్ డిపార్ట్మెంట్ వారి సహకారాలు, మినిస్ట్రీ ఆఫ్ ఫైనాన్స్ డిపార్ట్మెంట్ సహకారాలు, ఇంకా ఇతరేతర డిపార్ట్మెంట్లు అనగా ఇన్కమ్ టాక్స్, రెవెన్యూ డిపార్ట్మెంట్, ఎన్ఫోర్స్మెంట్ డైరెక్టరేట్ వారి సహకారాలు చేసే కావాల్సి వస్తుంది.

ఈ విషయమై అన్ని రకాల డాక్యుమెంట్లు తయారుచేయాలో, ఎలా డీల్ చేయాలో అరే ఎవరెవరిని కలవాలో, అన్ని విధాలుగా రాణి సి.బి. ఐ, పకడ్బందీగా ప్లాన్ చేసుకుని, తన స్క్వాడ్ మెంబర్స్కి కావాల్సిన వారిని ఎంచుకొని మొత్తం ప్లాన్ ఆ plan రెడీ చేసుకున్నది రాణి.

ఒక మంచి రోజు తను మొత్తం స్క్వాడ్తో ఒక స్పెషల్ సీక్రెట్ మీటింగ్ ఏర్పాటు చేసింది. అది కూడా కాన్ఫరెన్స్హాల్లో. ఎవరి మొబైల్ ఫోన్స్ ని కాన్ఫరెన్స్ హాల్లో పర్మిట్ చేయలేదు ఎందుకంటే అతి ముఖ్యమైన కేస్ కాబట్టి. ఏ మాత్రమే ఎలాంటి చిన్న విషయమైనా లీక్ అయితే వాళ్ళు చాలామంది చాలా జాగ్రత్త పడతారు తప్పించుకుంటారు. ఇలాంటి విషయాలు మన స్క్వాడ్

మెంబర్స్కి అది కూడా ఉందో అనే విశేషాలు ముఖ్యమైన రెస్పాన్సిబుల్ పర్సన్స్ కి మాత్రమే తెలియాలి. అసలు రాణి అన్నది తన స్క్వాడ్ మెంబర్స్ తో. అసలు సీబీఐ అంటే అందరికీ భయం. మన డిపార్ట్మెంట్ వాళ్ళు మన, డిపార్ట్మెంట్ మన సీక్రెట్ ని reveal చేస్తే, అసలు అర్థమే లేదు. మన duty మనం చెయ్యాలి. గట్టిగా అక్కడ పకడ్బందీగా ఉండాలి. ఈ విధంగా అందరితోనూ ఒక మొత్తం రోజు ప్రసంగించిన తర్వాత ఎవరి దారిన వాళ్లు వెళ్లిపోయారు మీటింగ్ అయిపోయిన తర్వాత.

ఒకరోజు తెల్లవారుజామున అనగా అయిదు గంటల కల్లా డాక్టర్ Vijju Mayya అనే బిజినెస్ మాగ్నెట్, ఎవరైతే అన్ని బ్యాంకుల నుండి ఒకరికి తెలియకుండా వేరొక బ్యాంకుల నుండి లోన్లు తీసుకున్నాడు, వాళ్ళ ఇంటిలో సోదాలు నిర్వహించి అనేక రకముల్లైన ఆస్తి డాక్యుమెంట్లను బంగారం వెండి వజ్రాలు బాండ్లు మరియు అనేక రకముల్లైన బ్యాంకు లాకర్ చేశారు. డాక్టర్ Vijju Mayya ఆరోజు ఊర్లో లేడు. ఈ విషయం తనకు ముందుగానే తెలుసు. ఏమనగా ఏదో ఒక రోజు తన ఇంటిలో raids జరుగుతాయని. అందుకే అన్ని ఇంపార్టెంట్ ఫైల్స్ని, డాక్యుమెంట్స్ని, బంగారాన్ని, లాకర్లను ఉన్న విషయాలను ఆస్తి పత్రాలు అనే ఎవరికీ తెలియని లలో ప్రదేశాలలో దాచి పెట్టాడు.

అన్ని బిజినెస్ కి సంబంధించిన విషయాలు, తన హార్డ్ డిస్క్ లో దాచిపెట్టాడు. కొంత ఇన్ఫర్మేషన్ పెన్ డ్రైవ్ లలో, మరి కొంత ఇన్ఫర్మేషన్ మెమరీ కార్డు లలో, మరికొన్ని ఇన్ఫర్మేషన్ రిస్ట్ వాచ్ లోని chip లలో దాచిపెట్టాడు. విషయం ఒకరిద్దరు చాలా సన్నిహితంగా ఉండే వాళ్ళకి మాటకే తెలుసు. అది కూడా మొత్తం ఇంపార్టెంట్ విషయాలను, అన్ని ఎవరికీ తెలియకూడదు అని కోడింగ్ చేసి పెట్టాడు. అన్ని విషయాలు డీకోడింగ్ చేస్తేనే గాని ఎవరికీ తెలియవు. మరికొన్ని విషయాలు, చాలా ఇంపార్టెంట్ విషయాలు కంపెనీ సీక్రెట్ లను, బ్యాంకు అకౌంట్లను, బిజినెస్ లావాదేవీలను షార్ట్ హ్యాండ్ లో కూడా ఎవరికీ అర్థం కాకుండా దాచాడు. మరికొన్ని విషయాలు ఫారం బ్యాంకు ఖాతాలు, కొన్ని రష్యన్ లాంగ్వేజ్ లోను, కన్ని జర్మన్ లాంగ్వేజ్ లోను కోడిఫై చేసి దాచాడు. అసలు గట్టిగా మాట్లాడితే ఏ విషయాలు ఎవ్వరికి అంత ఈజీగా తెలియవు. ఈ డాక్టర్ Vijju Mayya బిజినెస్ మ్యాగ్నెట్ ఎంత తెలివైనవాడు, అన్న విషయం సిబిఐ వారికి కూడా అంతుచిక్కడం లేదు. చాలా కష్టపడాల్సి వచ్చింది.

ఇలాగే, డాక్టర్ విజ్జు మయ్య భారతదేశంలోని అన్ని రాష్ట్రాలలో, ఆఫీసులలో తనిఖీలు ఏకకాలంలో ముమ్మరం చేసి అనేక రకాల పనికిరాని డాక్యుమెంట్లని డూప్లికేట్ డాక్యుమెంట్లని సీజ్ చేశారు సిబిఐ రాణి బృందం వారు. అసలు లావాదేవి లా డాక్యుమెంట్లు

వేరు సి బి ఐ డి seize చేసిన డాక్యుమెంట్లు వేరు. ఒకదానికొకటి సంబంధంలేని డాక్యుమెంట్లు సిబిఐ బృందం వారు చూసి తలపట్టుకున్నారు. ఏం ఇన్ఫర్మేషన్ గ్యాదర్ చేస్తున్నారో వారికే అర్థం కావడం లేదు.

అలాగే డాక్టర్ విజ్జు మయ్యే బంధువుల ఇళ్లలో తనిఖీలు, మిత్రుల ఇలలో తనిఖీలు, ఆఫీసులో పనిచేసే వారి ఇళ్లలో తనిఖీలు, ఏకకాలంలో రైడ్ చేశారు సిబిఐ రాణి బృందం వారు. దొరికిన డాక్యుమెంట్లన్నీ కూడా సీజ్ చేసి ప్రతిదీ రికార్డు చేశారు, రిపోర్టును తయారు చేశారు, స్టేట్మెంట్లు కూడా తయారు చేశారు, అన్ని seal చేసి సిబిఐ ఆఫీస్ లో సబ్మిట్ చేశారు.

అందరికీ కేసులు ఇచ్చారు. అరెస్ట్ వారెంట్లు కూడా జారీ చేశారు చాలా మందికి. కానీ డాక్టర్ విజ్జు మయ్యే వాళ్ల ఫ్యామిలీ మెంబర్స్, అందరూ ఎవరికీ తెలియ కుండా ఏ రోజైతే raids జరిగాయి అని తెలిసి న రోజు, మన దేశం విడిచి లండన్ పారిపోయాడు, అర్థాంతరంగా, అది కూడా ఉన్నపలంగా. ఎందుకంటే అన్నీ ఊహించి తనకి నీ మెంబర్స్ కు ఓపెన్ ఎయిర్ టికెట్స్ మొదట కొనుక్కొని పెట్టుకున్నాడు. అది కూడా బిజినెస్ ఎగ్జిక్యూటివ్ క్లాస్ ఎయిర్ టికెట్స్.

అంతే, న్యూస్ మొత్తం ఈ టీవీ లలో, అన్ని న్యూస్ పేపర్స్ లలో, రేడియోలలలో వచ్చేసింది. ఏముంది, డాక్టర్ విజ్జమయ్య ఇండియా వదిలి లండన్ పారిపోయాడు. ఇంకా, ఇలాంటి పరిస్థితులలో అన్ని డాక్టర్ విజ్జ మయ ఆఫీసుల దగ్గర, అందరి అనుమానితుల ఇంటిదగ్గర, పోలీసు బందోబస్తు, సిబిఐ వారి నిఘా ఏర్పాటు చేశారు. అందరూ అబ్జర్వ్ చేస్తున్నారు. ఎవరు వస్తున్నారు. ఎవరు వెళుతున్నారు. వచ్చిన వాళ్ళు ఎంత సేపు ఆఫీసులలో ఉన్నారు. అన్ని విషయాలు మతం నిగ. అన్ని ఆఫీసులలో అది కూడా డాక్టర్ విజ్జమయ్య ఆఫీస్ లలో స్పెషల్ గా కెమెరాలు ఏర్పాటు చేశారు సీబీఐ వారు. ఇలా ప్రతి రోజు సిబిఐ వారి నిఘా ఒక రొటీన్ గా ఇది కాలం సాగింది.

ఇది ఇలా ఉండగా డాక్టర్ విజ్జ మయ్య లండన్ లో ఒక మంచి లాయర్ ని పెట్టుకొని తనకు కావాల్సిన విధంగా అనగా ఫుల్ బ్రిటిష్ సిటిజన్ షిప్ confirm చేయమని తనకు కావలసిన విధం గా లావాదేవీలు, బిజినెస్ లో, ఇల్లు, ప్రాపర్టీ లు, ఈ లండన్ లోనే ఉన్నాయని, తన ఫ్యామిలీ మెంబర్స్ కూడా బ్రిటిష్ సిటిజన్ షిప్ ఉన్నాయని, తాను బ్రిటిష్ కి చెందిన అమ్మాయిని చిన్నప్పుడే పెళ్లి చేసుకున్నానని, నా భార్యా పిల్లలు, బ్రిటిష్ సిటిజన్స్ అని, అన్ని రకాల ID Proofs పాస్పోర్ట్ లు, బ్రిటన్కు సంబంధించినవని, నా పిల్లలు బ్రిటన్లోనే చదువుకున్నారని, ఇప్పుడు కూడా నా

అన్ని బిజినెస్ హౌసెస్ బ్రిటన్లోనే అన్ని ప్రదేశాలలో ఉన్నాయని, ఇంకా లండన్ లో కూడా ఏం చేస్తున్నావ్ పార్ట్నర్షిప్ ఫారమ్స్ ఉన్న ఉన్నాయని, నాకు ఇలాంటివి కాని, ఏ దేశానికి కానీ deportation చేయ కూడదని, అది కూడా భారతదేశానికి పంపియ కూడదని, లండన్లోని highest judiciary కోర్టులో రిట్ పిటిషన్ దాఖలు చేసుకున్నారు. ఇదంతా డాక్టర్ విజ్జు మాయ అన్ని విధాల సూక్ష్మ దృష్టితో ఆలోచించి, ముందుచూపు గా ఇలాంటి రిట్ పిటిషన్ చేస్తున్నాడు లండన్ కోర్టులో.

ఈ విషయం మన సిబిఐ రాణి గారికి కానీ, భారతదేశ ప్రభుత్వం కానీ తెలియదు. డాక్టర్ Vijju Mayya మాత్రం చాలా తెలివిగలవాడు. ముందుచూపు కలవాడు. బిజినెస్ టాక్టిక్స్ తెలిసినవాడు. ఎంత పెద్ద బిజినెస్ నైనా హ్యాండిల్ చేయగలడు. Partnerships కూడా సంపాదించగలడు. పెట్టుబడులు కూడా పెట్టగల సామర్థ్యం ఉన్న వాడు.

మన భారతదేశం గవర్నమెంట్ officials గాని, సిబిఐ వారు గాని, ఈ డాక్టర్ Vijju Mayya నీ చాలా తక్కువ అంచనా వేశారు
ఏది ఏమైనప్పటికీ, భారతదేశం బ్యాంకులు అన్ని రకాల లోను చాలా పెద్ద మొత్తంలో లోన్ లు ఇచ్చారు. ఎందుకంటే డాక్టర్ Vijju Mayya చాలా పెద్ద బిజినెస్ చేయగల మనిషి. షూరిటీ లు కావాల్సినవన్నీ చేసి అవి కూడా అవసరమైనప్పుడల్లా బ్యాంకు

లోన్ల గురించి, బ్యాంకర్ల కి సబ్మిట్ చేసే వాడు. అందులో చాలా డాక్యుమెంట్లు ఫేక్ డాకుమెంట్లు. Duplicate గా క్రియేట్ చేసినవి. కూడా గవర్నమెంట్ బిల్డింగులు 99 సంవత్సరాల గురించి లీజ్కు తీసుకున్న. అసలు గవర్నమెంట్ బిల్డింగులు, తీసుకుంటే లీజ్ తొంబై తొమ్మిది సంవత్సరాలు ఉండేవి. అలాంటి బిల్డింగులను, డెవలప్ చేసి చాలా పెద్ద బిజినెస్ చేసే వాళ్ళ లాగా బ్యాంకు వాళ్ళని నమ్మించి లోన్లు తీసుకునేవాడు. ఎప్పుడు ఇండియాకి వచ్చినప్పుడల్లా, అలాగే గవర్నమెంట్ ల్యాండ్ ని కూడా 99 సంవత్సరాలకు లీజుకు తీసుకుని అందులో కొన్ని బిల్డింగులు కట్టి, అ భూములను డాక్యుమెంట్లను సొంత భూములుగా డాక్యుమెంట్లు క్రియేట్ చేసుకుని ఒరిజినల్ డాక్యుమెంట్ లాగా బ్యాంకు వాళ్లకి ఇచ్చి పెద్ద పెద్ద లోన్లు తీసుకున్న పెద్దమనిషి డాక్టర్ Vijju Mayya.

ఇలాంటి బ్యాంక్ లోన్ లు చాలా బ్యాంకుల నుండి, ఒక బ్యాంకు కి తెలియకుండా ఇంకొక బ్యాంకు నుండి చాలా పెద్ద మొత్తంలో లోన్లు తీసుకున్నాడు.

రోజుల్లో, కంప్యూటర్ సిస్టమ్స్ లేవు అంతా మ్యాన్యువల్గా అకౌంట్ లో ఉండేవి. కమ్యూనికేషన్ సిస్టమ్ చాలా వీక్ గా ఉండేది. టెలిఫోన్లు చాలా తక్కువ. Telex లో ఉండేవి. మామూలు టైప్ మెషిన్ లు ఉండేవి. అసలు ఏ బ్యాంకులలో ఏం జరుగులోంది ఎవరికీ

తెలియదు. అసలు గవర్నమెంట్ వాళ్ళు వారి లోకంలో వారు ఉండేవాళ్ళు. ఏ బ్యాంకులలో ఏమి జరుగుతుందో ఎవ్వరికీ తెలియదు. ఇంకా గట్టిగా మాట్లాడితే బ్యాంకు మేనేజ్మెంట్లో ఉన్న వారికి కూడా చాలా విషయాలు తెలియదు. ఇలాంటివన్నీ డాక్టర్ Vijju Mayya ఆసరాగా తీసుకుని అన్ని బ్యాంకుల నుండి పెద్ద మొత్తంలో అనగా లక్షల్లో, కోట్లలో రుణాలు తీసుకున్నాడు.

ఇలాంటి విషయాలన్నీ రాణి సి.బి. ఐ మరియు మొత్తం బృందం వాళ్లకు అవగాహన వచ్చేసరికి ఒక నాలుగైదు నెలలు పట్టింది. ఇంకా, కావలసిన డాక్యుమెంటరీ ఎవిడెన్స్ ఎస్ మరియు ఏ బ్యాంకు వారు పెద్ద పెద్ద రుణాలు ఇచ్చారు అన్న సంగతి ఇంకా తేలాల్సి వస్తుంది

బ్యాంకు మేనేజర్ కి బిజినెస్ లోన్ లు ఎంతవరకు ఈయవచ్చు, ఎంత మేరకు ఈయవచ్చు డెలిగేషన్ అఫ్ బ్యాంక్ మేనేజర్స్ ఫైనాన్షియల్ పవర్స్ ఎంత దాకా ఉన్నది, షూరిటీ ఇలాంటి loans కి పొజిషన్లో ఏమిటి, వాళ్ళు ఇప్పుడు ఎక్కడ ఉన్నారు, అసలే బ్రతికి ఉన్నారా, లేక ఎక్కడ ఉండి ఏమి చేస్తున్నారు, అని అన్ని విషయాలు ఆరా తీయడం రాణి సి.బి. ఐ బృందం వారు మొదలుపెట్టారు. ఈ విషయాలు మామూలుగా తేలేటట్లు లేవు. అసలు ఏమి చేయాలో రాణి సిబిఐకి అన్న సంగతి అంతుచిక్కడం లేదు. రాణికి తెలియడం లేదు. ఎన్ని

బ్యాంకులలో, ఏ బ్యాంకులలో, లోన్లు విజ్జు మయ్యి చేసుకున్నాడో, అసలు లోన్లు రీపేమెంట్ గాని, వడ్డీ రేట్లు గాని జమ చేస్తున్నట్టు తెలియదు. బ్యాంకులలో ఈస్టర్ లు ఒకే విధంగా లేవు. Update లేవు. ఏ రిజిస్టర్ లో ఎక్కడ ఉన్నావు ఎవరికీ తెలియదు.

ఇంకొక విషయం ఎక్కడ ఉన్నది. అదేమిటంటే బ్యాంకు మేనేజర్ లు గాని, staff కానీ, ఒక బ్రాంచ్ నుండి మరొక బ్రాంచ్ కి ప్రతి మూడు సంవత్సరాలు సమయంలో ట్రాన్స్ఫర్లు చేస్తుంటారు. ఇంకా మాట్లాడితే ఒక officer కి ప్రమోషన్ వస్తే వేరే స్టేట్ కి తప్పకుండా ట్రాన్స్ఫర్ చేస్తారు. ఎస్టేట్ లో పనిచేస్తున్నారు ఎవరికీ తెలియదు. అంతా అయోమయంగా ఉండేది ఆ రోజులలో. రాణి, ఏ ఐ జి, సి.బి. ఐ, ఏమి చేయాలో అర్థం కాలేదు. మతి పోయినంత పని అయింది.

రాణి, IPS © ఎపిసోడ్ 26

1) రాణి, ఏ ఐ జి, సి బి ఐ, విధుల కేసులు:

2) డాక్టర్ Vijju Mayya లండన్ కోర్టులో అతి తెలివితేటలు:

రాణి సి.బి. ఐ చాలా పకడ్బందీగా ఈ డాక్టర్ Vijju Mayya కేసుని deal చేస్తుంది. మొత్తమంతా ఈ డాక్టర్ Vijju Mayya చేస్తున్న వ్యవహారాలు, లండన్ లో అతని కదలికలు ఎప్పటికప్పుడు భారతదేశ ఇంటలిజెన్స్ వింగ్ ద్వారా ఇన్ఫర్మేషన్ తీసుకుంటోంది. రాణి సి.బి. ఐ మొత్తం Dr. Vijju Mayya కు సంబంధించిన వివరాలను, స్టేట్మెంట్లను, బ్యాంక్ అధికారులు ఇన్ఫర్మేషన్, విద్య మాయ బిజినెస్లో లో ఉన్న వారి షేర్ల వివరాలు అన్ని డాక్యుమెంట్లను సిబిఐ కోర్టులో ఎప్పటికప్పుడు రిట్ పిటిషన్ ఫైల్ చేసింది. సిబిఐ కోర్టులో కూడా Dr. Vijju Mayya మీద రెడ్కార్నర్ నోటీసు ఇచ్చింది. అరెస్ట్ వారెంట్ కూడా ఇచ్చింది. నాన్బెయిలబుల్ వారెంట్ కూడా ఇచ్చింది. భారతదేశంలో ఉన్న వాళ్ల కలెక్షన్స్ ఉన్న వాళ్లకు కూడా నోటీసులు అరెస్ట్ వారెంట్ కూడా సిబిఐ కోర్టు ఇచ్చింది. బ్యాంక్ మానేజ్మెంట్ వాళ్లకి బ్యాక్ మేనేజర్స్ కూడా సిబిఐ సమన్లు, అరెస్ట్ వారెంట్లు కూడా ఇచ్చారు. విచారణలు జరుగుతున్నాయి. ఇవన్నీ సివిల్ క్రిమినల్ కేస్ ఒక

విధంగా చూస్తే అన్ని డబ్బు వ్యవహారాల కేసులు, ఫైనాన్షియల్ ఫ్రాడ్ కేసులు, ఫైనాన్షియల్ మిస్ మేనేజిమెంట్ కేసులు, బ్యాంకు లోన్ ల రికవరీ కేసులు, ఆర్బిట్రేషన్ ప్రకారం కోర్టు పరిధిలో ఉన్న ప్రకారం అన్ని కేసులు డీల్ చేసి, జైల్లో పెట్టాలి. ఇంకా బ్యాంకు రుణాల డబ్బు బ్యాంకుల్లోనూ తీర్చకపోతే లేదా రుణాల మీద వడ్డీలు కట్టకపోతే, వారి సొంత ఇళ్లను, ప్రాపర్టీ లను, లేదా మిషనరీలను, ఇంకా బ్యాంకుల్లో దాచుకున్న బంగారం, వెండి, వజ్రాలను జప్తు చేసుకుని, వాటిని వేలం వేసి, బ్యాంకు లోన్ల అప్పులను తీర్చాలి. ఇంకా వారి యొక్క ష్యూరిటీ ఆస్తులను కూడా జత చేయాలి. ఇంకా రుణాలు తీరకపోతే సిబిఐ కోర్టు వారు జైలు శిక్ష ను వేస్తారు. అది కూడా అనుభవించాలి సిబిఐ సెక్షన్ల ప్రకారం వేసిన జైలు శిక్ష మరియు ఇండియన్ పీనల్ కోడ్ ప్రకారం శిక్ష పడుతుంది.

ఇదంతా ఒక పెద్ద ప్రాసెస్. చాలా టైం మరియు కొన్ని సంవత్సరాలు పడుతుంది. ఇవన్నీ రాజ్యాంగం ప్రకారం జరగాలి. ఒక సిస్టం, procedure ఉంది. ఇలాంటి కేసులు ఉన్నవారిని మన కోర్టువారు త్వరత్వరగా ఏమీ శిక్షలు విధించలేదు. ఇలాంటి కేసులు ఉన్నవారు బెయిల్ మీద బయటకు వచ్చి దర్జాగా తిరుగుతూ ఉంటారు

ఇలాంటి వారిని ఎవరూ ఏమీ చేయలేరు. త్వరగా శిక్షలు కూడా విధించలేదు. ఎందుకంటే మొత్తం కేసు ఫైనలైజ్ అయ్యేవరకు, కోర్టులు, అసలు నేరస్తులకు శిక్ష పడే అంతవరకు వేరే వారిని శిక్షింప జాలరు.

రాణి, ఏ ఐ జి, సి.బి. ఐ, ఈ విషయాలు అన్ని మనసులో పెట్టుకుని ఇలాంటి కేసులు త్వరగా తెలవని అనుకున్నది. కానీ అన్ని విషయాలు అప్డేట్ గా ఉండేటట్లు, మొత్తం టైం టైం ఫాలో అప్ చేస్తూ వస్తోంది. రాణి సి.బి. ఐ, కేసులు చూసింది. కానీ ఇలాంటి చేసిన ఎక్కడా తన జీవితంలో చూడలేదు, వినలేదు. ఈ కేసులో చాలా చిక్కుముడులు ఉన్నాయి. ఏది ఏమైనా. ఇలాంటి కేసు ఒక ఫైనల్ స్టేజ్ కి తీసుకువచ్చి Dr. Vijju Mayya తీసుకొని ఉన్న రుణాలను అన పైసలతో సహా మొత్తం రుణాలను వడ్డీతో సహా బ్యాంకులకు లోన్ల బాకీలు కట్టేంతవరకు నిద్ర పోకూడదు అని నిశ్చయించుకుంది. కానీ రాణి సి.బి. ఐ కి ఉన్న పరిధులలో రాణి పని చేయాల్సి వస్తుంది. అది కూడా తనకున్న డెలిగేషన్ ఆఫర్స్ లో చేయాల్సి వస్తుంది. ఇంకా రాజ్యాంగ పరిధిలో పని చేయాల్సి వస్తుంది. సి.బి. ఐ ఇచ్చిన ఆర్డర్ ప్రకారం పని చేయాల్సి వస్తుంది. సిబిఐ కోర్టు పరిధిలో అన్ని విషయాలు జాగ్రత్తగా పరిశీలించబడతాయి. అది కూడా డాక్టర్ Vijju Mayya కి కానీ, వారి ఫ్యామిలీ మెంబర్స్ కి కానీ, లోన్లు తీసుకున్న వారికి కానీ,

suritiesఇచ్చినవారికి కానీ ఇలాంటి కేసులో అరెస్ట్ అయిన వారికి కానీ ఏ హాని బయట వారి నుండి జరగకుండా మొత్తం వారిని జాగ్రత్తగా ప్రాణాపాయం లేకుండా కాపాడాలి. అందరికీ సెక్యూరిటీ ఇవ్వాలి. సిబిఐ వారి పరిధిలో ఉన్నప్పుడు ఎవరైనా సరే అపాయం బయట వ్యక్తుల నుండి రాకూడదు. ఇది సిబిఐ వారి యొక్క ప్రథమ కర్తవ్యం. ఎలాంటి సందేహం లేదు. ఇంకా ఇలాంటి విషయాలలో రాణి సి.బి. ఐ అతి జాగ్రత్తగా అన్ని విషయాలు గమనిస్తూ డాక్టర్ విజు మయ్య వివరాలను సేకరిస్తున్నారు.

డాక్టర్ Vijju Mayya లండన్ కోర్టులో అతి తెలివితేటలు:

అసలు ఈ Dr. Vijju Mayya ఎంత తెలివితేటలుకల వాడంటే తాను తన మొత్తం ఫ్యామిలీ మెంబర్స్ కి, భారతదేశ పౌరసత్వం కూడా తీసుకున్నారు. అన్ని ఐడెంటిటీ కార్డులు కూడా తీసుకున్నాడు. అప్పట్లో ఇలాంటి dual సిటిజన్ షిప్ ఉండేవి. ఇప్పుడు కూడా ఉన్నాయి. కానీ ఆ రోజులలో అంత పట్టింపులు లేకుండా ఉండేవి కొన్ని విషయాలు లేదా అనేక విషయాలు చూసీచూడనట్లుగా ఉండేవారు. ఎవరికి కావలసిన పనులు వాళ్ళు చేసుకుంటూ పోయే వాళ్ళు. కానీ పరిస్థితులు మారాయి. రోజులు మారాయి. గవర్నమెంట్ ఏ మారింది. తెలివితేటలు

మీరు. రూల్స్ మారాయి. జనాభా పెరిగింది. ఆర్థిక వ్యవస్థ మారింది
రుణాలు పెరిగాయి, ఆస్తులు పెరిగాయి. చదువులు పెరిగాయి. ఉద్యోగాలు మరియు అన్ని రంగాలలో అభివృద్ధి ఉంది. అసలు ఏం జరుగుతోందని ఈ రోజులలో కొంతమంది బిజినెస్ చేసే వాళ్ళు, రుణాలు ఎక్కువగా తీసుకోవడం లేదు. అన్ని రూల్స్ ఉన్నాయి. అన్ని యాక్ట లు ఉన్నాయి. అంతా కంప్యూటర్ యుగం. ఎక్కడ ఏమైనా జరిగిందంటే వెంటనే అన్ని టీవీలలో, న్యూస్ పేపర్లలో, రేడియోలలో వచ్చేస్తున్నాయి.

డాక్టర్ Vijju Mayya, లండన్ కోర్టులో తనకు అనుకూలంగా ఉండడానికి రిట్ పిటిషన్ వేశాడు. లండన్ లోనే ఉండిపోతానని. ఎలా రిట్ పిటిషన్ వేశారు అంటే, ఒకవేళ రుణాలు, వడ్డీలు ఎవరికైనా కట్టాలంటే తన దగ్గర భారతదేశంలో ఇన్స్టాల్మెంట్ పిటిషన్ (IP) ఆల్రెడీ భారత సుప్రీం కోర్టు లో ఎప్పుడో రిట్ పిటిషన్ వేశాడు. అది కూడా బ్యాంకు వాళ్లు జప్తు చేసుకోవచ్చని, అది కూడా వేలం వేసి తన రుణాల బకాయిలను చెల్లించుకో వచనే, ఈ సంగతి ఎవరికీ తెలియదు. అందులోనూ మన కోర్టులో విషయం పై ముందడుగు వేయలేరు.

ఇదే విషయాన్ని లండన్ కోర్టులో కూడా డాక్టర్ Vijju Mayya ప్రస్తావించి, తగిన ఆధారాలు, విషయాలు, కావలసిన

డాక్యుమెంటరీ కూడా లండన్ కోర్టులో చెప్పాడు. కానీ దీనికి లండన్ కోర్టు వారు తిరస్కరించారు. Law of Land రూల్స్ వేరే నని, వేరే దేశపు రూల్స్, ఇంకొక దేశంలో చెల్లవని, బ్రిటిష్ కాన్స్టిట్యూషన్ ఆర్బిట్రేషన్ అండ్ లీగల్టి పరిగణనలోకి తీసుకుంటామని, బ్రిటిష్ న్యాయవ్యవస్థ,(బ్రిటిష్ లా ప్రకారం ఉంటుందని) Dr.Vijju Mayya కి తేల్చిచెప్పింది లండన్ కోర్ట్. అది కూడా లాయర్ల ద్వారా.

ఈ విషయం Dr. Vijju Mayya కి కొంత ఊరటనిచ్చింది. ఎందుకంటే తనకు ఎలాంటి భారతదేశానికి డిపార్ట్ టేషన్ ప్రమాదం ప్రస్తుతం లేదని తెలుసుకున్నాడు. ఇదే విషయాన్ని Dr. Vijju Mayya బారిష్టర్ ల ద్వారా చెప్పారు, ఏమీ భయం లేదని. బ్రిటిష్ కోర్టువారు ఈ కేసు జడ్జిమెంట్ వచ్చేసరికి డాక్టర్ Vijju Mayya కె ఎలాంటి ప్రమాదం ఉండదని, తను లండన్లో దర్జాగా తన ఫ్యామిలీతో ఉండొచ్చనే తేల్చి చెప్పారు. ఈ విషయం కూడా చెప్పారు. అదేమిటంటే, బ్రిటిష్ కోర్టులలో ఏ కేస్ అయినా ఇలాంటి విషయాలు, కాంప్లికేటెడ్ గా ఉన్నప్పుడు కొన్ని సంవత్సరాలు అయ్యేంతవరకు తేలవు. ఒకవేళ ఏ కేస్ అయినా నెగటివ్గా వచ్చినా, Dr. Vijju Mayya ఆ పైలెట్ కోర్టుకు కానీ, హైకోర్టుకు కానీ, సమయంలో అప్లై చేసుకోవాలి, అంటే ఆపిల్ చేసుకోవాలి. ఇదంతా అయ్యేసరికి కొన్ని సంవత్సరాలు

గడుస్తాయి. అయినా కేసులు తేలుతాయి లేదా డిసైడ్ కాకుండా ఉంటాయో ఎవరికీ తెలియదు. ఈలోగా ఒకవేళ జడ్జీలు మారితే అంతే కేసులన్నీ పెండింగ్, కేసులు తేలవు.

డాక్టర్ Vijju Mayya కి నమ్మకం అంటే లండన్ కోర్టులో కేసులు తెలవని, పెద్ద లాయర్ల ని, influential బారిష్టర్ లని, చాలా డబ్బులిచ్చి, తన కేసులని వాదించటానికి పెట్టుకున్నాడు. Dr. Vijju Mayya ఉద్దేశం ఏమిటంటే, అప్పులు కట్టడం కానీ, లాయర్లకు కోర్టు ఫీజులకు కానీ, బాగా పే చేస్తాడు. అసలు లోన్లు తీసుకుంటే, లో లని తీర్చడం ఉద్దేశం కాదుట. ఇంకా ఏమన్నాడంటే, ఎవరైనా కానీ, ఏ బ్యాంక్ అయినా కానీ, తనకి తన కొత్త ప్రాజెక్టులకు కావలసిన లోను ఇస్తే ఇంకా తీసుకుంటాడని, చెప్పాడు. అలాంటి బ్యాంకులు ఏమైనా ముందుకు వస్తే, లోన్లు ఇవ్వడానికి, తాను ప్రాజెక్టు రిపోర్ట్ లు సబ్మిట్ చేసి రుణాలు పొందుతానని చెప్పాడు. ఇంకా ఏమి చెప్పాడంటే, ప్రపంచ బ్యాంకు కనుక తనకి లో ప్రాజెక్ట్ establish చేయడానికి రుణాలు కొన్ని మిలియన్ల డాలర్లు ఇస్తే తాను తీసుకోవడానికి ముందుకి వస్తాం అని తేల్చి చెప్పాడు.

మొత్తం Dr. Vijju Mayya మైండ్ సెట్ చాలా అర్థమైంది, మొత్తం ప్రపంచం దేశం వారికి. అసలు బిజినెస్ అంటే డబ్బు విషయాలలో కాని, పెట్టుబడులలో కానీ, పార్ట్నర్షిప్ కంపెనీ లలో కానీ, డబ్బులు

ప్రపంచ దేశాల బ్యాంకుల ద్వారా తీసుకోవడం కానీ, అసలు Dr. Vijju.Mayya కి సమానంగా ఎవరు లేరు అనే అనుకోవాలి. మొత్తానికి అంతా తెగించి, బిజినెస్ లో దూసుకుపోతున్నాడు.

ఇంకా గట్టిగా మాట్లాడితే, కుబేరుడు దగ్గర నుండి కూడా అప్పు చేసుకోవడానికి వెనకాడే మనస్తత్వం అని ప్రజలకి అనుమానం వస్తోంది. అసలు ఈ డాక్టర్ Vijju Mayya పూర్వజన్మలో శాపగ్రస్తుడు అయి ఉంటాడు. అందుకే భారత దేశ ప్రజలను, భారత ప్రభుత్వాన్ని కొన్ని వేల కోట్ల రూపాయలు తీసుకొని అందర్ని ముంచేశాడు. ఈ డాక్టర్ Vijju Mayya మామూలోడు కాదు. గట్టిగా మాట్లాడితే భారతదేశాన్ని తాకట్టు పెట్ట గల ధీరుడు లా ఉన్నాడు. ఏమి బుర్ర. ఏమి బుర్ర. జనాలందరికీ మతి పోతుంది. రాణి సి.బి. ఐ మరియు మొత్తం బృందానికి కూడా మైండ్ బ్లాక్. అసలు ఏ టీవీలో చూసిన ఏ న్యూస్ పేపర్లలో చూసినా, ఏ రేడియోలలో Dr. Vijju Mayya న్యూస్ వస్తుంది. అసలు ఇతనిని ఏమనాలో జనాలకు కానీ ప్రభుత్వానికే కానీ ఏమి అంతుచిక్కడం లేదు. అదృష్ట జాతకుడు అనాలో, లేదా నష్ట జాతకుడు అనాలో, ఏమీ తోచడం లేదు ఎవరికి. Dr. Vijju Mayya బుర్ర ని అమెరికా దేశానికి కాని. బ్రిటీష్ గవర్నమెంట్ కు కానీ కొనుక్కోవాలి. అంత పెద్ద బుర్ర ఉంది.

కోర్టులో Dr. Vijju Mayya కి వాయిదాల మీద వాయిదాలు వస్తున్నాయి. కోర్టులో కేసులు డిసైడ్ అయ్యేటట్లు లేవు. అసలు కోర్టులలో కేసులు తేమలాలి.? అంతా వెయిట్ అండ్ సి మాదిరిగా ఉంది. లండన్ లో Dr Vijju Mayya హాయిగా, ఏ వర్రీ లేకుండా, ఎంజాయ్ చేస్తున్నాడు. నిండా మునిగిన వానికి చలి ఏముంది? అని వర్తిస్తుంది.

ఇంకో విషయం ఏమిటంటే Dr. Vijju Mayya తన రుణాలు, భారతదేశంలోని బ్యాంకులు మాఫీ చేయమని కోరాడు. ఇంకొక advice మరియు ఆపిల్ ఏమిచేసాడంటే, తన రుణాలు మొత్తం రైట్ ఆఫ్ చేయమని, బ్యాంకు వాళ్లు bad and doubtful debts లలో చేర్చమని కోరాడు. ఇంకా ఏమన్నాడంటే, మొత్తం భారతదేశపు రాష్ట్రాలలో అందరి రైతుల రుణాలు మాఫీ చేస్తున్నప్పుడు, మరి తన రుణాలను ఎందుకు మాఫీ చేయకూడదు ఆపిల్ చేశాడు. భారతదేశ బ్యాంకులు, ప్రతి సంవత్సరం కొన్ని వేల కోట్ల రూపాయలు రైట్ ఆఫ్ చేస్తున్నప్పుడు మన రుణాలను మొత్తం రైట్ ఆఫ్ స్టేట్ మెంట్ లలో చేర్చాలని కోరాడు.

ఇదే విషయాన్ని కూడా, లండన్ కోర్టులో తన రిట్ పిటిషన్ లో పేర్కొన్నారు. అసలు డబ్బులు తీర్చాలంటే, బిజినెస్ లో లాభాలు రావాలి. లాభాలు రావాలంటే, చాలా సంవత్సరాలు

పడుతుంది, లాభాలు వస్తే గాని రుణాలు చెల్లించే లేము అన్నాడు డాక్టర్ Vijju Mayya.

విషయం చెప్పాడు. అదేమిటంటే భారతదేశంలో బ్యాంకుల వడ్డీరేట్లు చాలా ఎక్కువని, అసలు రుణాల కన్నా వడ్డీ రేట్లు ఎక్కువ అవుతాయని, ప్రతివాడు రుణాలు తీసుకుంటే తీర్చని రుణాల అవుతాయని, కావాలంటే భారతదేశం రిజర్వ్ బ్యాంక్ ఆఫ్ ఇండియా ఎక్కువ నోట్లో ప్రింట్ చేసుకోవచ్చని, కొన్ని కొన్ని పనికి మాలినవి వాగాడు.

———————

రాణి, IPS © ఎపిసోడ్ - 27

డాక్టర్ Vijju Mayya నీ డిపోర్ట్ చేయమని భారత ప్రభుత్వం advice చేసింది బ్రిటిష్ ప్రభుత్వాన్ని:

ఆ దేశ ప్రభుత్వం ఒక advice చేసింది. అదేమిటంటే, రాజ్యాంగ నిబంధనల ప్రకారం, మరియు బ్రిటీష్ గవర్నమెంట్ తో ఒప్పందాల ప్రకారం Dr. Vijju Mayya నీ భారత ప్రభుత్వానికి అప్పగించాలని కోరారు. అలాగే లండన్ కోర్టులో కూడా సి.బి. ఐ రిట్ పిటిషన్ ఫైల్ చేశారు. అది కూడా భారతదేశానికి అతి త్వరలో డాక్టర్ Vijju Mayya నీ డిపోర్ట్ చేయాలనీ, భారత ప్రభుత్వానికి అప్పగించాలని కోరింది సి.బి. ఐ మరియు మన భారతదేశ హోమ్ మినిస్టర్. ఈ విషయాలు ఇంకా తేలలేదు.

ఈ సంగతులు రాణి, ఏ ఐ జి, సి.బి. ఐ, కు కూడా సమాచారం ఉంది. అన్ని డాక్యుమెంట్లు ఈ విషయమై రెడీగా ఉంచు కొన్నది రాణి వారి బృందం. ఏ టైం లో, ఎప్పుడు లండన్ కి వెళ్ళాలి అన్న విషయం మరియు Dr. vijju Mayya నీ భారతదేశానికి ఎప్పుడు తీసుకు రావాలో ప్రతిక్షణం ఆలోచిస్తేనే ఉంది రాణి. రాణి సి.బి. ఐ, కానీ, కొన్ని విషయాలు అనుకున్న విధంగా అనుకూలంగా ఉండవు. అన్నింటికీ వేచి ఉండాలి. అన్ని విషయాలు ఫాలోఅప్ చేస్తూనే ఉండాలి.

ఈలోగా Dr. Vijju Mayya ఈ విషయాలు అన్నీ తెలుసుకొని, మరొక్క writ పిటిషన్ లండన్ కోర్టులో దాఖలు చేశాడు. అదేమిటంటే, ఒకవేళ, ఎప్పుడైనా, తనను భారతదేశానికి పంపిస్తే, భారత ప్రభుత్వం, తనను ముంబై జైల్లో గాని, ఎరవాడ జైల్లో గాని,(Pune), ఢిల్లీ జైల్లోగానీ ఉంచుతారు. మరియు Dr Vijju Mayya, ఈ విధంగా లండన్ కోర్టు లో వివరించాడు.

భారతదేశంలో Jails చాలా మటుకు పాతవి అని, కనీస అవసరాలు కూడా ఉండవని, శానిటేషన్ సరిగా ఉండదని, టాయిలెట్స్ కానీ, ఫెసిలిటీస్ కానీ, తనకు కావాల్సిన విధంగా ఉండవనీ, చిన్నప్పటి నుండి చాలా హుందాగా మరియు లగ్జరీ లైఫ్ బ్రతకడని, తనకి అన్ని సౌకర్యాలు జైళ్ల శాఖ అధికారులు ఇయర్ అని, తనను హింసలకు గురి చేసే ఆస్కారముందని, తనని అనేక ప్రశ్నలతో ఇంటరాగేట్ చేసి తన మతిపోయేలా చేస్తారని, ఆస్కారముందని, జైల్లో నిబంధనలు చాలా పాతగా ఉన్నాయని, మాటిమాటికీ సిబిఐ కోర్టులకు తిప్పుతారని, తనకి మనశ్శాంతి ఉండదని, ఇంకా చాలా విషయాలు లండన్ కోర్టులో తన పిటిషన్లో పేర్కొన్నాడు.

Dr. Vijju Mayya ఏమన్నాడంటే, తనను భారత ప్రభుత్వపు సీబీఐ కోర్టు వారు జైల్లో పెట్టి విచారిస్తే, తాను బిజినెస్ ఎలా

చేయాలని, లాభాలు ఎలా గడించాలని, తన అప్పులు రుణాలు ఏ విధంగా తీర్చాలని, తనకి ఫ్రీ హ్యాండ్ ఇవ్వకుండా అన్ని restrictions మరియు కండిషన్స్ పెడితే బిజినెస్ డీల్స్ ఎలా చేయగలం అని అన్నాడు.

ఇంకో విషయం చెప్పాడు తన పిటిషన్లో. అది ఏమిటంటే తాను బ్యాంకుల నుండి లోన్లు తీసుకున్నప్పుడు ఇన్ని సంవత్సరాలలో లోన్లు బాకీ లతో సహా తీరుస్తానని, ఎక్కడా లేదని, అసలు బిజినెస్ కి ఒక అంతు ఉండదని, తన బిజినెస్ ఉన్నంతకాలం అప్పులు ఉండనే ఉంటాయని, అన్నాడు. ఇంకొక విషయం కూడా చెప్పాడు. అదేమిటంటే, బిజినెస్ ల లో డబ్బులు తీసుకోవడం, రాబట్టుకోవడం ఉంటాయనీ, అప్పులు తీర్చడం చాలా తక్కువగా ఉంటాయని, అసలు బిజినెస్లు చేసేవాళ్ళు సొంత డబ్బులతో బిజినెస్ లు చేయరని, ఒకవేళ ఎవరైనా పెట్టుబడి కొత్త బిజినెస్ లో పెట్టాలంటే 10% కన్నా ఎక్కువ పెట్టుబడి పెట్టారని, మిగతా 90% పెట్టుబడులు రుణాల ద్వారా డబ్బు సేకరించి బిజినెస్ ల చేస్తారని, లాభాలు అన్ని వేళలా రావని, చాలా ట్యాక్సులు గవర్నమెంట్ వారికి పే చేయాలని, అన్ని డిపార్ట్మెంట్ వారు డబ్బులు అడుగుతారని, ప్రతి పొలిటికల్ పార్టీ వారు పార్టీ ఫండ్ అడుగుతారని, వీటన్నింటికీ డబ్బులు ఎక్కడ నుండి తేవాలని అన్నాడు డాక్టర్ Vijju Mayya.

ఇంకా ఏమన్నాడంటే, ఇలాంటి డబ్బులు అనేక రకాలుగా అందరికీ ఇస్తూ పోతే, Pay చేస్తూ పోతే, వాటి మొత్తాన్ని తన అకౌంట్లలో బాడ్ అండ్ డౌట్ ఫుల్ డేట్స్ లేదా రైట్ ఆఫ్ చేస్తామని, అలాగే తన లోన్లు కూడా బ్యాంకు వారు రైట్ ఆఫ్ చేయాలని పేర్కొన్నారు.

ఈ విషయాలన్నీ లండన్ కోర్టులో రిట్ పిటిషన్ లో పేర్కొన్నారు, Dr. Vijju Mayya.

ఈ విషయాలన్నీ బ్రిటిష్ న్యూస్ ఏజెన్సీ మరియు లండన్ స్పెషల్ లీగల్ ఏజెన్సీ సెల్ నుండి సమాచారం ప్రతిసారి రాణి, ఏ ఐ జి, సి బి ఐ, మరియు భారతదేశ గవర్నమెంట్ కు వస్తుంది. అనే ఏజెన్సీస్ చాలా క్లీన్ గా అబ్జర్వ్ చేస్తున్నాయి ఈ విషయాలన్నీ.

ఇంకా Dr. Vijju Mayya ఏమన్నాడంటే, భారతదేశంలో చాలా పెద్ద పెద్ద కుంభకోణాలు జరిగాయని, తనది కుంభకోణం కాదని, బ్యాంకుల ద్వారా రుణాలు బిజినెస్ గురించి మాత్రమే తీసుకున్నానని, కానీ అందరిలాగే తాను రుణాలు తీర్చలేక పోయానని, ఇది ఒక పెద్ద ఆర్థిక నేరం కాదని, తనకు కావలసిన గడువు ఇస్తే, వీలైనంత రుణాలు బ్యాంకులకు కట్టగలనని, కానీ కోర్టు వారి పరిగణలో ఉన్నప్పుడు రుణాలు తీర్చవలసిన అవసరం ప్రస్తుతం లేదని, బ్యాంకులు తన రుణాల మీద వడ్డీల

మీద వడ్డీలు వేస్తున్నారని అన్నారు, మరి పిటీషన్ వేసిన లండన్ కోర్టులో. ఇంకో విషయం చెప్పారు. ఏ విషయాలైన కోర్టు పరిధిలో ఉన్నప్పుడు వడ్డీలు వేయకూడదని, తన ఋణాలు ఋణాల మాదిరిగానే ఉండాలని, పేర్కొన్నారు. ఇంకో విషయం చెప్పాడు. అదేమిటంటే ప్రపంచంలో ఎవ్వరు ఆర్థిక నేరస్థులు కాదని, నేరస్తులుగా చేస్తారని, గవర్నమెంట్ వారికి బిజినెస్ చేసేవాళ్ళు నచ్చకపోతే ఇలాంటి కేసుల తో సతా ఇస్తారని, అన్ని కేసులు పెడతారని, అసలు పెద్ద బిజినెస్ లు చేయాలంటే భయం వేస్తోందని, అన్నాడు.

లండన్ కోర్టులో, కేసులన్నీ అన్ని వాయిదాల మీద వాయిదాలు పడుతున్నాయి. కోర్టులో తీర్పు రావాలంటే, అన్ని విషయాలు తేలాలి. Dr. Vijju Mayya వేసిన అనేక ఋణాల రిట్ పిటిషన్ లండన్ కోర్టు పరిగణనలోకి తీసుకుని, అన్ని విషయాలు తేలాలంటే అవి తేలే విషయాలు కావు. అసలు భారతదేశంలోని కోర్టుల పరిధిలో ఉన్న కేసులు త్వరగా డిసైడ్ అవ్వచ్చు గాని, లండన్ కోర్టు (బ్రిటిష్ కోర్టు) లో కేసులు తేలాలంటే ఒక బ్రహ్మ తరం అయ్యేటట్టు ఉన్నది. ఒక పట్టాన ఏ సివిల్ కేసు త్వరగా తేలవు. ఒకవేళ క్రిమినల్ కేసు కానీ, మర్డర్ కేసులు కానీ, చంపుకోవడం కేసులు కానీ, త్వరగా కోర్టులలో తేలాలంటే, అదేం పెద్ద విషయం కాదు లండన్ కోర్టులలో. త్వర త్వరగా డిసైడ్

చేస్తారు. Dr. Vijju Mayya ఇలాంటి కేసులు లండన్ కోర్టులో కోకొల్లలు. ఇలాంటి కేసులకు ఎక్కువ ప్రాధాన్యత ఇవ్వకపోవచ్చు. ఇలాంటి పరిస్థితులను రాణి సి.బి.ఐ చూస్తే, ఈ కేసు ని ఛేదించాలో కొంచెం ఆలోచించదగ్గ విషయం అని రాణి అనుకుంది.

ఈలోగా రాణి సి.బి. ఐ తన బృందంతో కలిసి, లండన్ కి వెళ్లి అసలు ఏం జరుగుతుంది కనుక్కొని కొన్ని రోజులు కోర్టులో ఈ కేసు విచారణకు టైం చెయ్, కోర్టు ఆవరణలో ఉండాలనే ఉద్దేశంతో సి.బి. ఐకోర్టు పర్మిషన్ లు తీసుకుంది.

సిబిఐ ఆర్డర్ ప్రకారం ఎయిర్ టికెట్లు తన పది మంది బృందంతో లండన్ కి వెళ్లడానికి రాణి సిద్ధపడింది. రాణి లండన్ వెళ్లి కోర్టు ఆవరణలో సిద్ధంగా ఉండి, అన్ని భారతదేశపు న్యాయవాదులను అడిగి అన్ని సమాచారాలను తెలుసుకుంది. అప్పటికప్పుడే Dr. Vijju Mayya అరెస్ట్ చేసి భారతదేశానికి తీసుకు వద్దామంటే, బ్రిటీష్ గవర్నమెంట్ రూల్స్ ఒప్పుకోవు. భారతదేశ లండన్ రాయబారిని కలిసి అన్ని విషయాలు సిబిఐ చర్చించింది. కొద్ది కాలం ఓపిక పట్టాలని, లండన్ కోర్టు పరిధిలో ఉన్న డాక్టర్ Vijju Mayya కేసు కనుక ఒక కొలిక్కి వస్తే బాగుండును. వెంటనే తగిన చర్యలు తీసుకొని deportation ఆర్డర్ లండన్ గవర్నమెంట్ నుండి తీసుకుని Dr. Vijju Mayya నీ భారతదేశానికి తీసుకురావచ్చు. కానీ డాక్యుమెంటరీ ప్రాబ్లమ్స్ చాలా ఉన్నాయి.

కావలసిన డాక్యుమెంటరీ proofs అన్నీ రెడీ గా తయారు చేసుకునే ఉంది రాణి.

London ki rani బృందం వెళ్లారు కాబట్టి కొంత ఉత్సాహంగా ఉన్నారు. ఎలా twists జరుగుతాయో ఎవరికీ తెలియదు. కొంచెం వెయిట్ అండ్ సి policy లో ఉన్నారు రాణి సిబిఐ బృందం.

లండన్ కోర్ట్ కేసు ఒక రోజు విచారణకు వచ్చింది:

అప్పుడు లండన్ కోర్టు జడ్జి ఒక ఆర్డర్ పాస్ చేసాడు. అదేమిటంటే Dr. Vijju Mayya నీ, అతని ఫ్యామిలీ మెంబర్స్ ని ఒక మూడు నెలలు భారతదేశానికి పంపించి, కేసు విషయంలో ఇంటరాగేట్ చేసేందుకు. అది కూడా కెమెరా ఇంటరాగేషన్ చేయాలి. లాయర్ల ముందు ఇంటరాగేట్ చేయాలి. మెడికల్ డాక్టర్ కూడా ఉండాలి. టార్చర్ గాని, ప్రెజర్ గాని, చేయకూడదు. సిబిఐ కోర్టులో మాత్రమే విచారణ చేయాలి. తనను హౌస్అరెస్ట్ మాత్రమే చేయాలి. జైళ్లలో ఉంచకూడదు. Dr.Vijju Mayya కానీ, వాళ్ల ఫ్యామిలీ మెంబర్స్ కి కానీ, లైఫ్ threats ఉండకూడదు, లైఫ్ డేంజర్ సి కానీ ఉండకూడదు. ఫుల్ గా సెక్యూరిటీ ఇయ్యాలి. అన్ని ఫెసిలిటీస్ కావలసిన టీవీ రేడియో న్యూస్ పేపర్స్ అని ఇయ్యాలి. ఫుడ్డు కూడా అన్ని కావాలి ఇయ్యాలి. మూడు నెలల తర్వాత Dr. Vijju Mayya నీ, వాళ్ల ఫ్యామిలీ మెంబర్స్ ని, లండన్ కి తిరిగి

పంపియ్యాలి. ఇలాంటి కండిషన్ ఎలా ఆర్డర్ ఇచ్చింది లండన్ కోర్టు.

ఇంకేముంది, దొరికిందే చాన్స్, అని రాణి బృందం ఒక్కసారిగా హాపీ ఫీల్ అయింది. అనుకున్నట్లుగా Dr. Vijju Mayya నీ, మొత్తం ఫ్యామిలీ మెంబర్స్ ని, ఒక్క క్షణం ఆలస్యం చేయకుండా, అరెస్ట్ చేసి, దేశానికి, లండన్ ఎయిర్పోర్టులో విమానం ఎక్కించి, భారతదేశానికి తీసుకువచ్చారు. ఇది ఒక పెద్ద సంచలన వార్త అయింది. ఎవ్వరు ఊహించని తీరుగా. అందరూ ఒక్కసారి షాక్ తిన్నారు. సర్ ప్రైజ్ అయ్యారు. విస్తుపోయారు. ఇది ఒక అనుకోని సంఘటన లాగా అయింది.

ముంబై ఎయిర్పోర్ట్లో, విమానం దిగింది. ఇక చూస్కో. అన్ని టీవీలు, రిపోర్టర్లు, న్యూస్ పేపర్లో ఏజెన్సీ రిపోర్టర్లు ఇంకా అనేకమంది పోలీసు బందోబస్తుతో సహా, చాలామంది ప్రేక్షకులు ఫుల్ గా ముంబై ఎయిర్పోర్ట్ మొత్తం క్రిక్కిరిసి పోయింది. లోకల్ పోలీసులు కష్టపడాల్సి వచ్చింది. త్వరగా Dr. Vijju Mayya నీ, వాళ్ల ఫ్యామిలీ మెంబర్స్ ని ముంబైలోని గవర్నమెంట్ గెస్ట్ హౌస్ కు, పోలీస్ బందోబస్తుతో తరలించారు.

రాణి, IPS © ఎపిసోడ్ - 28 (Last)

సి.బి. ఐ కోర్టులో విచారణ (భారతదేశంలో) :

Dr. Vijju Mayya విచారణ ప్రారంభం అయింది. అన్ని డాక్యుమెంట్లు, రాణి సిబిఐ వారి బృందం సమర్పించాయి సిబిఐ కోర్టులో. Dr. Vijju Mayya నీ ప్రతిరోజు విచారిస్తున్నారు. ఇంటరాగేట్ చేస్తున్నారు.

ఈ మొత్తం లావాదేవీలు, బిజినెస్ విషయాలు, డబ్బుల వివరాలు, ఆస్తిపాస్తుల వివరాలు, అందరి పార్ట్నర్స్ ని, షేర్ హోల్డర్స్ ని, బిజినెస్ అగ్రిమెంట్లు అని, అందరిని విచారించడం మొదలుపెట్టారు సీబీఐ కోర్టు వారు.

గట్టిగా మాట్లాడితే. Dr. Vijju Mayya విషయం, ఇంకా అన్ని విషయాలు మూడు నెలల్లో తేలే ప్రసక్తి లేనే లేదు. అసలు మళ్లీ బ్రిటన్, (లండన్) కె పంపించే ప్రసక్తే కనబడడం లేదు. యోచన కూడా లేదు. విచారణలు ప్రతిరోజు జరుగుతున్నాయి. ఎప్పటినుండి కోర్ట్ పరిధిలోనే జరుగుతోంది.

రాణి, సి.బి. ఐ మరియు వారి బృందానికి ఊరట లభించింది. భారత ప్రభుత్వం చాలా సంతోషించింది, రాణి ఇలాంటి విషయం

అయినటువంటి కేసుని హ్యాండిల్ చేసినందుకు. ఇంకేముంది, భారతదేశం రాణి సిబిఐకి ఐ జి, (Crime & Investigation), CBI, గా ప్రమోషన్ ఆర్డర్, ఒకేసారిగా ఇచ్చింది. ఆర్డర్లు వచ్చిన తర్వాత అందరి ప్రసంశలు రాణి సి.బి. ఐ అందుకుంది. పోస్టింగ్ ని సడన్గా ప్రైమ్ మినిస్టర్ సెక్రటేరియట్ లో పోస్ట్ చేశారు రాణిని, అది కూడా ఆఫీసర్ ఆన్ స్పెషల్ డ్యూటీ (OSD) కింద మరియు అడ్వైజర్ (ఇన్వెస్టిగేషన్) టు ప్రైమ్ మినిస్టర్. మొత్తం అంతా టీవీ చానల్స్ లో, న్యూస్ పేపర్స్ లో, రేడియోలలో, హాట్ న్యూస్ కింద వచ్చేసింది.

రాణి, అనురాగ్, మొత్తం ఫ్యామిలీ మెంబర్స్ అందరూ ఖుషి ఖుషి. ఒకటే ఆనందం, సంతోషం. ఇది ఒక పెద్ద అచీవ్మెంట్ భావించారు అందరూ. అందరూ అనుకున్నారు, రాణి ఏంటి ప్రైమ్ మినిస్టర్ కి ఆఫీసర్ ఆన్ స్పెషల్ డ్యూటీ క్రింద పోస్టింగ్ రావడమేంటి, అని ఆశ్చర్యపోయారు.

రాణి ఫ్యామిలీ మెంబర్స్ అందరూ సంతోషించారు.

NGO స్థాపన:

రాణి మనసులో ఒక విషయం దాగి ఉంది. అది ఒక NGO ఆర్గనైజేషన్ స్థాపించి అందరి పిల్లలకు సహాయ సహకారాలు అందించాలని, అది కూడా, ఈ విధంగా యాక్టివిటీస్ చేస్తే బాగుండును అనుకుంది.

రాణి, ఐ జి, (సి.బి. ఐ, ఓ ఎస్ డి), ప్రైమ్ మినిస్టర్ సెక్రటేరియట్, లో ఒక పెద్ద ప్రాజెక్టు రిపోర్టును తయారుచేసి, సబ్మిట్ చేసింది ప్రైమ్ మినిస్టర్ కి. మరియు ఈ ప్రాజెక్టు రిపోర్టును హోం మినిస్టర్, సోషల్ వెల్ఫేర్ డిపార్ట్మెంట్ కొను, సబ్మిట్ చేసింది. ఈ సంస్థ గురించి ఐదు ఎకరాల భూమిని చాలని, ఏ అలాట్ చేసిన స్థలంలో తాను, తన కొంత ధనం తో, మరియు డొనేషన్స్ ధనంతో ఒక NGO సంస్థానం చేయడానికి నిశ్చయమని, ఇంతకు ముందు కూడా, తాను ఇలాంటి ఆక్టివిటీస్ చేస్తూ అన్ని ప్రోగ్రామ్స్ లోనూ పాల్గొన్నానని, ఒక పెద్ద రిక్వెస్ట్ లెటర్ అందరికీ పంపించింది, అది కూడా ఒక పెద్ద ప్రాజెక్టు రిపోర్టు తయారుచేసి.

దేనికి కొంత కాలానికి గవర్న్ మెంట్ నుండి ఆమోదముద్ర వచ్చింది. అనుకున్న ప్రకారం ఐదెకరాల భూమి బెంగళూరులో కేటాయించారు రాణి కి. ఇంకేముంది అన్ని పనులు స్టార్ట్. ఒక పెద్ద బంగళా కట్టింది. అన్ని యాక్టివిటీస్ గురించి, అన్ని గదులు ప్లాన్

ప్రకారం కట్టింది. అన్ని నిమిషంలో తీసుకుంది. రాణి అమ్మానాన్నలు ఈ సంస్థకి పెద్దదిక్కుగా నిర్వహిస్తున్నారు. రాణి కోరిక, రాణి అమ్మ నాన్న కోరిక, తీరింది. కావలసిన స్టాఫ్ నంబర్స్ ని ఎంపిక చేసుకుంది. అంనీ యాక్టివిటీస్ బాగా జరుగుతున్నాయి.

రాణి (OSD, PM Secretariat ఆఫీసర్) - రిటైర్మెంట్,
కొంత కాలానికి, రాణి కి 60 సంవత్సరాలు రాగానే రిటైర్మెంట్ అయింది

అలాగే అను రా కూడా రిటైర్ అయ్యాడు. అనురాగ్ ఇంతకు ముందు అనుకున్న ప్రకారం కన్సల్టెంట్గా పని చేస్తున్నాడు. రాణి మటుకు, ఈ NGO సంస్థని బాగా ఫుల్ టైం గా నిర్వహిస్తోంది. కావలసిన సహకారం రాణి అమ్మానాన్నలు. అంతా సాఫీగా నడుస్తోంది రాణి జీవితం.

Dr. Vijju Mayya జైలు శిక్ష:

Dr. Vijju Mayya ఫైనాన్షియల్ ఫ్రాడ్ గురించి, 20 సంవత్సరాలు కారాగార శిక్ష, సిబిఐ కోర్టు వారు విధించారు. వాళ్ల ఫ్యామిలీ మెంబర్స్ కి కూడా ఒక ఐదు సంవత్సరాల కారాగార శిక్ష విధించారు.

మన భారత ప్రభుత్వం Dr. Vijju Mayya నీ బ్రిటన్ దేశానికి పంపియలేదు. సిబిఐ కోర్టు తీర్పు ప్రకారం జై జైలు శిక్ష అనంతరం Dr. Vijju Mayya నీ, వాళ్ల ఫ్యామిలీ మెంబర్స్ ని లండన్ కు వెళ్ళవచ్చు అని తీర్పులో పేర్కొంది. Dr. Vijju Mayya భారతదేశం లోని అన్ని ఆస్తులను వేలం వేసి వచ్చిన డబ్బును బ్యాంకు లోన్ల గురించి ఆ జస్ట్ చేసుకుంది, మన భారత ప్రభుత్వం. Dr. Vijju Mayya అన్ని బ్యాంకు అకౌంట్లను seize చేసింది. బ్రిటన్ పాస్పోర్ట్ లను కూడా భారత ప్రభుత్వం seize చేసింది.

రాణి యొక్క ధైర్యసాహసాలకు, చేస్తున్న ఎన్జీవో సేవలకు, భారత ప్రభుత్వం పద్మశ్రీ బిరుదు ఇచ్చింది. అనేక సంస్థలు ముందుకు వచ్చి డాక్టరేట్ బిరుదును కూడా రాణికి ఇచ్చింది మన భారతదేశ గవర్నమెంట్ ఇంకో బిరుదు కూడా రాణి కి ఇచ్చారు. అదేమిటంటే. లేడీ ఆఫ్ ఇండియా కరేజ్ (LADY OF INDIA COURAGE). ఇది చాలా పెద్ద విషయం.

రాణి అందరి ప్రశంసలను అందుకుంది. అందరి ఆశీర్వాదం తీసుకుంది. అందరి మన్ననలు పొందింది. అందరి సహాయ సహకారాలను ఎన్జీవో సంస్థను నడపడానికి తీసుకుంది. గవర్నమెంట్ వారు, రాణి కి కావలసిన సదుపాయాలను ఏర్పాటు చేసింది. రాణి యొక్క జీవితం ఒక భారతదేశంలో కొనియాడదగినది అని ప్రైమ్ మినిస్టర్ ఒక లేఖ రాణికి రాశారు.

అలాగే హోమ్ మినిస్టర్ నుండి, సోషల్ వెల్ఫేర్ డిపార్ట్మెంట్ నుండి, మరియు సి బి ఐ డైరెక్టరేట్ నుండి కూడా అన్ని ప్రశంసలు వచ్చాయి. ఇలా కాలం గడుపుతూ రాణి తన ఎన్జీవో ఆర్గనైజేషన్ ని చాలా బాగా నిర్వహిస్తూ వస్తోంది. అందరూ హ్యాపీగా ఉన్నారు.

రాణి, IPS కథ సుఖాంతం.

జై హింద్.

ఇట్లు మీ విధేయుడు

మంత్రి మార్కు

కథా రచయిత, పాటల రచయిత.

హైదరాబాద్ (India)

MANTRI PRAGADA
MARKANDEYULU, Litt·D·,

Poet, Novelist, Song and Story Writer
B. Com, DBM, PGDCA, DCP,
(Visited Nairobi-Kenya, East Africa)
(Retd. Public Sector Enterprise Officer)

- *Global Honorary Advisor, Federation of World Cultural and Arts Society (FOWCASS), Singapore.*
- CIVIC EXCELLENCE AWARD 2022 FROM UHE, PERU

(Government of Seychelles, Motivational Strips and SIPAY Journal)

- The State of Birland (Bir Tawil) Representative at Hyderabad-India (www.birlandgov.org)
- Rabindranath Tagore Memorial Award
- CESAR VALLEJO AWARD 2021, UHE, Peru for Literary Excellence
- The Silver Shield Award from UHE, Peru for my Literary Excellence 2021.
- 2021 GOLDEN EAGLE WORLD AWARD FOR LITERARY EXCELLENCE, HISPAN WORLD WRITERS' UNION Peru
- Gujarat Sahitya Academy and Motivational Strips LITERARY EXCELLENCE
- *"Royal Kutai Mulawarman Peace International Institute, Philippines"*
- *Royal Success International Book of Records 2019, Hyderabad-India*

- *Institute of Scholars Research Excellence Award-2020, Bangalore (India)*
- *Gujarat Sahitya Academy and Motivational Strips 2020, Gujarat-India*
- *Hon. Doctorate in Literature from ITMUT, Brazil. (2019)*
- *Literary Brigadier (2018) from Story Mirror, Mumbai, India*
- *Spotlight Superstar (2018) from Story Mirror, Mumbai, India*
- *Golden Ambassador General for Development and Peace at World Peoples Forum @ TWPF/BTYA, Bangladesh*
- *State of Birland at Bir Tawil Recognized Poet*
- *RKMPII Nobility Award 2021*
- *RKMPII HEART OF GOLD NOBLES Certificate 2021*
- *ISFFDGUN Internationally Accredited Certificate 2021.*
- *Dr. Sarvepalli Radhakrishnan Ratan Award 2021 – WHRC*
- *Mahatma Gandhi Humanity Award 2021 – WHRC*
-

Address: Plot 37, Anupuram, ECIL Post
Hyderabad – 500062 - Telangana State (INDIA)
Email: mrkndyl@gmail.com

+91-9951038802
+91-8186945103
Twitter: @mrkndyl68

https://www.facebook.com/groups/620006038438396
(Creator and Founder of POETIC CHARMINAR Group)